பிரியாணி

ஒரு வாசமிகு வரலாறு

இது ஒரு

மெட்ராஸ் பேப்பர்

தயாரிப்பு

பிரியாணி

ஒரு வாசமிகு வரலாறு

பாபுராஜ் நெப்போலியன்

மெட்ராஸ் பேப்பர்

Title: Biryani: Oru Vaasamigu Varalaaru
Author's Name: Baburaj Nepolean

Published by MadrasPaper

மெட்ராஸ் பேப்பர்

MadrasPaper

(An imprint of Zero Degree Publishing)
No. 55(7), R Block, 6th Avenue,
Anna Nagar,
Chennai - 600 040

Website: www.madraspaper.com
www.zerodegreepublishing.com
E Mail id: zerodegreepublishing@gmail.com
Phone: 89250 61999

Ezutthu Prachuram First Edition: December 2022
ISBN: 978-93-95511-36-0
TITLE NO MP: 2

Cover Design & Layout: Vijayan, Creative Studio

சமர்ப்பணம்

எழுத்தாளர் பா.ராகவன் அவர்களுக்கு.

அறிமுகம்

பிரியாணியை யாருக்குத்தான் பிடிக்காது? இந்திய உபகண்டத்தைச் சேர்ந்த அனைவரும் பிரியாணிப் பிரியர்களே. அது மட்டுமல்லாது இந்திய உணவு வகைகளை விரும்பி உண்ணும் ஐரோப்பியர்களும் பிரியாணியை ரசித்துச் சாப்பிடுபவர்கள்.

பிரியாணி இந்தியாவில் மட்டுமல்லாது உலகெங்கும் பல நாடுகளில் பிரபலமான உணவு. அசைவ உணவுப் பிரியர்களுக்கு வகை வகையான பிரியாணிகள் கிடைத்தாலும் சைவ உணவு வகைப் பிரியாணிகளும் தாராளமாக உண்டு.

எனக்குப் பிரியாணி சாப்பிட மட்டும் தான் தெரியும். அதை ஆக்குவது எப்படியென்பதோ அல்லது அதற்குத் தேவையான மூலப் பொருட்கள் என்னவென்பதோ நானறியேன். வீட்டில் பிரியாணி சமைக்கப்படும்போது வரும் வாசனையே வாயில் உமிழ்நீர்ஊறவைக்கும். என்னைப்போன்றவர்களுக்கு அடுத்தபடியாக இருக்கும் பிரியாணிப் பிரியர்கள்

சாப்பிடுவது மட்டுமல்லாது பிரியாணி சமைக்கவும் தெரிந்தவர்கள்.

சாப்பிட மட்டும் தெரிந்தவர்கள், சாப்பிடுவதோடு சமைக்கவும் தெரிந்தவர்கள் தாண்டி பிரியாணி மீது தீவிரக் காதல் கொண்டு அதன் ஆதி அந்தமெல்லாம் தேடி ஆய்வு செய்யக் கூடியவர்களைப் பிரியாணியின் தீவிர பக்தர்கள் என்று சொல்லலாம். அப்படியான ஒரு தீவிர பக்தரே இந்தப் புத்தகத்தின் ஆசிரியர் பாபுராஜ் நெப்போலியன். வீட்டில் அவர் சமைக்கும் பிரியாணிக்கு 'எதிர்கட்சியிலிருந்து ஆளும் கட்சிக்குப் பாராட்டுக் கிடைப்பது' போன்ற அரிய பாராட்டுகள் அவரது மனையாளிடமிருந்து கிடைக்கிறதென்று சுய தம்பட்டம் அடிக்கக் கூடியளவு பிரியாணி சமைப்பதில் வித்தகர்.

சங்கம் வைத்துத் தமிழ் வளர்த்தார்கள் சேர, சோழ, பாண்டியர்கள். அந்தச் சங்க காலத்து உணவுகளில் ஆரம்பித்துப் பாரசீகப் பாலைவனத்துச் சமையல் வரை இன்றைய பிரியாணியின் மரபணுக்களை எவ்வகையான உணவுகளில் காணலாம் என்று ஆய்வு செய்துள்ளார் இப் புத்தகத்தின் ஆசிரியர். பிரியாணியின் ஆயிரம் ஆண்டுகளுக்கு முந்தைய மூதாதையர்கள் பற்றி மட்டும் ஆராயாமல் பிரியாணி எனும் பெயர் எப்படி வந்தது எனும் ஆய்வையும் செய்துள்ளார்.

இன்றைய நாளில் பலவகையான பிரியாணிகளைக் காணலாம். இந்த வகைகளில் பிரதேச வேறுபாடுகள் ஒரு வகை, பிரியாணியில் சேர்க்கப்படும் அசைவ உணவுப் பொருட்கள் இன்னொரு வகை. இவையிரண்டுக்குமப்பால் வணிகமுறையில் பெயர் பெற்ற 'பிராண்ட்' களையும் தற்போது ஒரு வகையாக வகுத்துள்ளார் ஆசிரியர்.

பிரியாணியின் வரலாறு மட்டும் சொன்னால் போதுமா? வரலாற்றை வைத்துப் பிரியாணி சாப்பிட முடியாதல்லவா. அதனால் பிரியாணி எப்படிச் செய்ய வேண்டுமெனும் செய்முறைகளும் கொடுத்து என்னைப் போன்ற சமைக்கத் தெரியாத வாசகர்கள் முயற்சி செய்து பார்க்க வழி வகுத்துள்ளார்.

ஒரு விஷயத்தைப் பற்றி வாசிக்கும்போது அது சார்ந்த அல்லது அது போலிருக்கும் விஷயங்களையும் பற்றிய தகவல்களையும் வாசித்தால் தான் ஒரு முழுமை கிடைக்கும். அதற்கேற்றாற் போல் 'ஃப்ரைட் ரைஸ்' போன்ற வேறு சில உணவு வகைகளைப் பற்றிய தகவல்களையும் இந்தப் புத்தகத்தில் வாசிக்கலாம்.

இந்தப் புத்தகம் வாங்கி வாசிக்கும் வாசகர்கள் இனிமேல் வகை வகையான பிரியாணிகள் தேடி அலையும் வாய்ப்புகள் மிகவும் அதிகம் என்று ஒரு எச்சரிக்கை கொடுத்து இவ்வுரையை முடிப்பது பொருத்தமாக இருக்கும்.

ந. ஜெயரூபலிங்கம்

ருசிக்கும் முன்

நான் குட்டிப் பையனாக இருந்ததிலிருந்து இன்று வரை எனக்குப் பிடித்தமான உணவு பிரியாணி தான். அந்த உணவின் மேல் கொண்ட அலாதி பிரியத்தினால் அதைப் பேசும் பொருளாகக் கொண்டு என் முதல் புத்தகத்தை எழுதியிருக்கிறேன். அதைப் பற்றி ஆராயும் போது அதன் பண்புகளில் மனித வாழ்வுக்குத் தேவையான பல செய்திகள் புதைந்திருப்பதை அறிந்தேன். அதனை இயன்ற வரை இத்தொகுப்பில் மணக்க மணக்கப் பரிமாற முயன்றிருக்கிறேன்.

நிச்சயம் பிரியாணி உருவான வரலாற்றை, அதன் தாக்கத்தை, விளைவுகளைப் படித்த பின்பு அதைச் சாப்பிட்டால் மேலும் ருசியாக இருக்கும் என்று நம்புகிறேன். இந்தப் புத்தகம் வெளிவரப் பலர் காரணமாக இருந்தார்கள். முதலில் அம்மா, இந்நூலை எழுதி முடிக்கும் வரை வியாபாரத்தைப் பார்த்துக்கொண்டார். அவர் இல்லாமல் என்னால் கவலையற்று சுதந்திரமாக எழுத, சாப்பிட, தூங்க என்று இருந்திருக்க முடியாது. இந்தப் புத்தகத்தின்

ஒவ்வொரு அத்தியாயத்தையும் பதம் பார்த்து ருசித்தவர் தர்ஷனா கார்த்திகேயன். அவர் கை பட்டவுடன் இந்தப் புத்தகம் இன்னும் மணக்கிறது. இரண்டாவதாக முழுவதும் படித்து மதிப்புரை எழுதி உற்சாகமூட்டியவர் எழுத்தாளர் ஜெயரூபலிங்கம். ஆராய்ச்சிப் பணிகளில் உறுதுணையாக இருந்தவர் என் அன்பு மனைவி கீர்த்தி. இவர்கள் அனைவருக்கும் என்னுடைய நன்றி. மேலும் இந்தப் புத்தகத்தை வாங்கி புரட்டத் தொடங்கியிருக்கும் உங்களுக்கும் நான் நன்றிக்கடன் பட்டிருக்கிறேன்.

பாபுராஜ் நெப்போலியன்
baburajbliss@gmail.com

பிரியாணி - ஒரு வாசமிகு வரலாறு

உணவுப் பிரியர்கள் தலைமேல் வைத்துக் கொண்டாடும் ஓர் உணவு பிரியாணி. அது உருவான வரலாற்றை, அதன் தாக்கத்தை, விளைவுகளை மணக்க மணக்கப் பரிமாறுகிறது இந்நூல்.

பொருளடக்கம்

பிரியமான பிரியாணி

சில வருடங்கள் முன்பு பெங்களூரில் நடந்த மணவிழா ஒன்று திடீரென்று நின்றது. வரதட்சணைக் கொடுமையால் இல்லை. மாப்பிள்ளையோ மணமகளோ ஓடிப் போகவில்லை. எந்தவொரு துர்ச்சம்பவமும் நிகழவில்லை. ஒரே காரணம்..

பிரியாணி.

மாப்பிள்ளை குடும்பத்தினர் மட்டன் பிரியாணியை மணவிருந்தாகக் கொடுக்கச் சொல்லி இருக்கிறார்கள். பெண் வீட்டாரோ சிக்கன் பிரியாணியை சமைத்து விட்டார்கள். இரு தரப்புக்கும் வாக்குவாதம் முற்றி, கல்யாணம் நின்று விட்டது. என்ன கொடுமை பாருங்கள்.

சரி போகட்டும். இந்தச் செய்தி, பிரியாணி நம் மக்களிடையே வெறும் உணவாக இல்லாமல் உணர்ச்சியாக மாறி இருப்பதைக் காட்டுகிறது. இன்னும் ஒரு சம்பவத்தைச் சொல்லலாம் .

தெலுங்கானா ராஷ்டிரிய சமிதியின் தலைவர் சந்திரசேகர் ராவ், ஒரு கூட்டத்தில் ‘தெலுங்கானா மக்கள் தயாரிக்கும் பிரியாணியே மிகவும் சுவையானது. ஆந்திரப்பகுதியில் சமைக்கப்படும் பிரியாணி மாட்டுச் சாணத்தைப் போன்றது ’ என்று கிண்டல் செய்தார்.

குண்டூர், விஜயவாடாவைச் சேர்ந்த பெண்கள் கொதித்து விட்டார்கள். ‘சுவைத்துப் பார்த்து விட்டுப் பேசுங்கள்’ என்று சட்டிசட்டியாகப் பிரியாணி செய்து சந்திரசேகர் ராவுக்கு அனுப்பி வைத்திருக்கிறார்கள்.

பல் முளைத்த பிள்ளைகள் முதல் பொக்கைக் கிழவர்கள் வரை, பாணிக்கிரகணம் முதல் பதினாறாவது நாள் பெரிய காரியம் வரை, மண்டை காயும் வேலை நாட்கள் முதல் மந்தத்தைப் போக்கும் வார இறுதிகள் வரை, இராப்பிச்சைக்காரனில் இருந்து இலட்சாதிபதி வரை பிரியாணி என்ற உணவின் கிளர்ச்சி எல்லா மட்டங்களிலும் சென்று சேர்ந்திருக்கிறது. கிராமத்து கிடா வெட்டுகளில் கூட இந்த உணவைப் பரிமாறும் பழக்கம் இன்று வந்துவிட்டது.

குடும்பத்தலைவிகள் ஞாயிற்றுக்கிழமைகளில் சமைக்க மலைத்தார்கள் என்றால் கணவர்களிடம் பிரியாணி வாங்கச் சொல்கிறார்கள். அரை பிளேட், கால் பிளேட் வாங்கிய காலம் போய் கிலோ கணக்கில், பக்கெட் கணக்கில் வாங்க ஆரம்பித்திருக்கிறார்கள். குடும்பமாக ருசிக்கிறார்கள். மீதம் இருந்தால் அடுத்த வேளைக்காக ஃப்ரிட்ஜில் சேமிக்கிறார்கள். இதில் தவறேதுமில்லை. பாவம்! ருசியால் ஒரு மனத்திருப்தி, பிரியாணி என்ற உணவு மூலம் அன்று ஒரு நாள் தான் குடும்பத்தலைவிகளுக்குக் கிடைக்கிறது.

கடையில் வாங்குவதை விடுங்கள், வீட்டில் சமைப்பது கூட ஒரு கொண்டாட்டமாக மாறி வருகின்றது. பலர் பக்கத்து வீட்டில் சமைத்த பிரியாணியைச் சுவைக்க ஆசைப்படுகிறார்கள். குறிப்பாக முஸ்லிம்கள் வீட்டில். எப்படி இனிப்பு பட்சணம் செய்வதில் வடநாட்டவர்கள் பிரபலமோ, அதே போலப் பிரியாணி செய்வதில் முஸ்லிம்கள். ரம்ஜான் பண்டிகையின் போது முஸ்லிம் வீட்டில் இருந்து பிரியாணி வராதா என்று ஏங்குகிறார்கள். முஸ்லிம் வீட்டுக் கல்யாணம் என்றால் சந்தேகமே இல்லாமல் பந்திக்கு முந்து தான். இதற்குக் காரணம், மற்ற எந்த அறுசுவை உணவும் தராத போதையையும் கிளுகிளுப்பையும் பிரியாணி கொடுப்பது தான்.

நம் இந்திய தேசத்திற்கு என்றொரு தேசியக்கொடி, மலர், விலங்கு இருப்பது போல, தேசிய உணவு ஒன்றை முடிவு செய்ய வாக்கெடுப்பு நடத்துகிறார்கள் என்று வைத்துக் கொள்வோம். அதில் பிரியாணி முதலிடம் பிடிக்கும் சாத்தியக்கூறுகள் அதிகம். அதற்கு நம்பிக்கையூட்டும் விதமாக ஒரு சம்பவத்தைச் சொல்லலாம். இந்தியாவில் அதிக அளவில் உணவு விநியோகம் செய்யும் செயலிகள் இரண்டு. ஒன்று ஸ்விக்கி. மற்றொன்று ஜொமேட்டோ. இந்தச் செயலிகள் இரண்டிலும் கடந்த மூன்று ஆண்டுகளாக அதிகம் வாங்கப்படும் உணவு எது தெரியுமா? நம் நாட்டில் ஆதிக்கம் செலுத்துவதாக நாம் நினைத்துக் கொண்டிருக்கும் பர்கர் இல்லை. பீட்சாவும் இல்லை. பிரியாணி தான்.

இதைக் கவனிக்கும் பன்னாட்டுக் கம்பெனிகள் சுலபத்தில் விடுவார்களா. தங்களது பண்டம் விற்கும் கடையின் உணவுப் பட்டியலிலும் பிரியாணியைச் சேர்த்து இருக்கிறார்கள்.

ஆம்! திண்டுக்கல் தலப்பாக்கட்டி தாத்தாவைப் பார்த்து கேளப்சி தாத்தாவும் தனது கடையில் பிரியாணி விற்க ஆரம்பித்திருக்கிறார்.

தலப்பாக்கட்டி, ஆசிபி, புகாரி, வேலு போன்ற பிரியாணிக் கடை உரிமையாளர்கள் பிரியாணி விற்றே பணக்காரர்களாகத் தலையெடுத்து இருக்கிறார்கள். பலர் இலட்சாதிபதி பட்டியலிலும் சிலர் கோடீஸ்வரர்கள் பட்டியலிலும் இடம் பிடித்து விட்டார்கள். அந்தக் கடைகளில் வேலை பார்க்கும் முகாமையாளர்களுக்கு ஐம்பதாயிரம் ரூபாய்க்கு மேல் சம்பளம் வழங்கப்படுகின்றது. அப்படியானால் அவர்களுக்கு மேலிருக்கும் நிர்வாகிகள்,லாபம் பார்க்கும் முதலாளிகள்? கணக்குப் போட்டுப் பார்த்தால் கோடிகளைத் தொடுகின்றது. ஆக, உணவுச் சந்தையில் பெரும் புரட்சியை செய்து கொண்டிருக்கின்றது இந்த உணவு.

இதைப் படிக்கும் நீங்களும் பிரியாணிக் கடை போட்டு உச்சம் தொடலாம். முடியாது என்று நினைக்காதீர்கள். பெருந்தொற்றுக் காலத்தில் பல தகவல் தொழில்நுட்ப ஊழியர்கள் வேலையை இழந்தார்கள். அச்சமயத்தில் வேறு நிறுவனங்களிலும் அவர்களால் சேர இயலவில்லை. எந்த ஒரு முன் அனுபவமும் இல்லாமல் பிரியாணி வியாபாரம் தொடங்கி வாழ்வாதாரத்தைக் காப்பாற்றிக் கொண்டார்கள்.

இந்த வியாபாரத்தைத் தொடங்குவதற்குப் பெரிய முதலீடு வேண்டாம். ஐந்தாயிரம் ரூபாயும் ஒரு தள்ளு வண்டியும் போதும். இப்போது பிரியாணிக்கு இருக்கும் அந்தஸ்திற்கு பொட்டலம் மடித்து கூறுப்போட்டு விற்றாலும் விற்றுத் தீரும்.

மருந்துக் கடைகள் இருபத்தி நான்கு மணி நேரமும் இயங்குவதைப் பார்த்திருக்கிறோம். அதுபோல விடிய விடிய பிரியாணி வியாபாரம் நடக்க ஆரம்பித்தாயிற்று. 12am பிரியாணி, 3am பிரியாணி, 5am பிரியாணி என்று கடைகள் வந்துவிட்டன. பேய் நடைப்பயணம் போகும் இரவு நேரத்தில் கூடப் பிரியாணி வாங்கிச் சாப்பிடுகிறார்கள்.

பிரியாணியின் மேல் இருக்கும் ஈர்ப்பு பயன்படுத்தப்படுகிறது. பிரியாணி என்ற ஒரு உணவு விதம் விதமாக விளம்பரம் செய்யப்பட்டு விற்கப்படுகிறது. கடை முழுக்க சூப்பர் ஸ்டார் படத்தை ஒட்டிவிட்டால் அது சூப்பர் ஸ்டார் பிரியாணி. கைதி திரைப்படம் போல உணவகத்தில் ஒரு வாளியும் பெரிய தட்டும் கொடுத்து கைவிலங்கு மாட்டி விட்டால் அது கைதி பிரியாணி. மூங்கில் குச்சி உள்ளே கொஞ்சம் பிரியாணி அடைத்து, வாழை இலையை வைத்து மூடி, தண்ணீரில் வேகவைத்துக் கொடுத்தால் அது மூங்கில் பிரியாணி. இதுவெல்லாம் ருசியாக இருக்கிறதா என்று கேட்டால் பதில் வேறுபடும்.

ஆனால், இது போன்ற கடைகளை மக்களிடம் எடுத்துச் செல்வதற்காகவே ஒரு இனம் இருக்கிறது. பெயர் ஃபுட் ரிவியூவர்ஸ். ஆஹா..அற்புதம் ! சுவையோ சுவை... மணமோ மணம்.. செவ்வாய்க் கிரகத்தில் கூட இப்படி சாப்பிட்டதில்லை என்பார்கள். எதேச்சையாகக் கடைக்கு வந்ததாகவும் உணவு ருசியாக இருந்ததால் கடைக்காரரிடம் அனுமதி பெற்று ‘ரீல்ஸ்’ எடுத்துப் போடுவதாகவும் சொல்வார்கள். பிரியாணி சுவையாக இல்லாவிட்டால் இனி யாரும் அந்த கடைக்குப் போகாத வண்ணம் வியாபாரத்தைக் குலைத்தும் விடுவார்கள்.

சரி ஒழிகிறது ! ஏன் மக்கள் பிரியாணியை இவ்வளவு கொண்டாடுகிறார்கள்? வேறென்ன கரணம். ருசி தான். அந்த உணவைப் பார்த்தாலே நாவில் உமிழ்நீர் வரும் என்று பலர் சொல்கிறார்கள்.

நீங்கள் பிரியாணியை ஒரு முறை கூடச் சாப்பிடாதவரா?

இப்படிச் செய்யுங்கள். வீட்டில் இருந்து வெளியே கிளம்புங்கள். பிரியாணிக் கடையினைத் தேடுங்கள். எந்தக் கடையில் நல்ல பிரியாணி கிடைக்கும் என்று கேட்காதீர்கள். தேடிப் பிடிப்பது உங்கள் வேலை. வீதிகள் தோறும் தெரு விளக்கு உண்டோ இல்லையோ கண்டிப்பாகப் பிரியாணிக் கடை இருக்கிறது. கண்டுபிடிக்க முடியவில்லை என்றால் ஏதோ ஒரு தெருவில் உட்கார்ந்து கொள்ளுங்கள். டாங் டாங் என்று தட்டால் பிரியாணி அண்டாவை தட்டும் சத்தம் கேட்கும். அந்த சத்தத்தைப் பிடித்துப் போனால் கடை தெரியும். இப்போது கடையில் மட்டன் பிரியாணி ஆர்டர் செய்யுங்கள். ஆர்டர் வரும். நல்ல பிரியாணியாக இருந்தால் வாசனை பலமாக இருக்கும். வாசனை மூக்கில் ஏறி வயிற்றில் இறங்கி பசியை ஏற்படுத்தும். மூக்கிற்கு வேலை கொடுத்தாயிற்று. வாய்க்கு வேலை கொடுங்கள்.

அடித்துச் சொல்வேன்... நல்ல இறைச்சி உள்ள பிரியாணியை சாப்பிட்டால் மனம் இரைச்சல் இல்லாமல் இருக்கும். ஒரு பிரியாணி வெறியனாக பல பிரியாணித் திருவிழாக்களில் கலந்து கொண்டவன் என்ற அனுபவத்தினால் இதை அறுதியிட்டு என்னால் சொல்ல முடியும்.

இந்த உணவெல்லாம் அடித்தட்டு மற்றும் நடுத்தட்டுக் கடைகளில் தான் பெரும்பாலும் இலையை வழித்து

நக்கும் அளவுக்கு ருசியாக இருக்கும். அளவும் அதிகமாக இருக்கும். பகட்டு காட்டும் நட்சத்திர விடுதிகளில் கரண்டியால் ஜலதரங்கம் வாசித்துக் கொண்டே சாப்பிடும் உணவு இல்லை இது.

ஊன் சோறு

பிரியாணியின் வரலாற்றை ஆராய்ந்தால் அது நம்மை கி.பி இரண்டாம் நூற்றாண்டுக்குக் கொண்டு செல்கிறது. பிரியாணி என்று நாம் சமைக்கும் அதே பாணியில் தமிழர்கள் அன்று ஒரு உணவை உண்டு வந்திருக்கின்றனர்.

அதன் பெயர் ஊன் சோறு. இதற்கு ஊன்துவை அடிசில் என்று மற்றொரு பெயரும் உண்டு. அக்காலங்களில் ஊன் சோறு மிகப் பிரபலமான உணவாக இருந்துள்ளது. மன்னர்கள் முதல் கடைக்கோடி சாமானியன் வரை ஊன்சோற்றை விரும்பிச் சாப்பிட்டுள்ளனர்.

முதலில் ' ஊன் சோறு' என்ற வார்த்தையை இரண்டாக உடைத்துப் பொருள் பார்ப்போம்.

ஊன்

ஊன் என்ற வார்த்தைக்கு பச்சையான இறைச்சி, புலால், கறி, தசை என்று பல அர்த்தங்கள் இருக்கின்றன.

சோறு

சோறு என்பது அரிசியை அவித்து பதமான நிலையில் பெறப்படும் ஒரு உணவு. இதைச் சாதம் என்றும் குறிப்பிடும் வழக்கம் தமிழில் உண்டு.

அதுமட்டுமில்லாது அடிசில், அழினி, கூழ், அவிழ், கொன்றி, நிமிரல், புழுங்கல், பொம்மன், மிதவை எனப் பல சொற்கள் இருந்தன.

பச்சரிசியால் சமைக்கப்பட்ட சோறு “பொங்கல்”. புழுங்கல் அரிசியால் சமைக்கப்பட்ட சோறு “புழுங்கல்” என்று அழைக்கப்பட்டது.

ஆக,

ஊன் (இறைச்சி) + சோறு (வேக வைத்த அரிசி) : ஊன் சோறு.

அன்றைய காலத்தில், சோறு அதில் கலந்த பொருளின் அடிப்படையில் பல பெயர்களால் அழைக்கப் பட்டிருக்கிறது.

ஊன் சோறு : ஊனும் சோறும்

கொழுஞ்சோறு : கொழுப்பு நிணம் கலந்து ஆக்கியது

செஞ்சோறு : சிவப்பு அரிசிச் சோறு

நெய்ச்சோறு : நெய் கலந்த சோறு

புளிச்சோறு : புளிக்குழம்பு கலந்த சோறு

ஊன்துவை அடிசில்

ஊன்சோற்றுக்கு மற்றொரு பெயர் ஊன்துவை அடிசில் என்று பார்த்தோம். அதில் துவை என்ற

வார்த்தைக்கு 'தோய்ந்த ' என்று பொருளாகும். ஆக, ஊன்துவை அடிசில் என்றால் 'இறைச்சியில் தோய்ந்த சோறு' என்று பொருள் வருகிறது.

ஊன்சோற்றுக்கான சில சங்க இலக்கிய ஆதாரங்கள் :

'ஆடுற்ற ஊன் சோறு', என்கிறது மதுரைக் காஞ்சி *(பாடல் வரி 35).*

இதே மதுரைக் காஞ்சியில் இன்னொரு இடத்தில்,

'புகழ்படப் பண்ணிய பேர் ஊன் சோறும்' *(பாடல் வரி 533)* என்னும் வரி வருகிறது.

ஊன்துவை அடிசில் பற்றி பதிற்றுப்பத்தில் ஐந்தாம், ஆறாம் பாடல்களில்

குறிப்புகள் கிடைக்கின்றன:

பாடல் :

பொலம் பூந்தும்பை, பொறி கிளர் தூணி,
புற்று அடங்கு அரவின் ஒடுங்கிய அம்பின்,
ஒசிவுடை வில்லின், ஒசியா நெஞ்சின்,
களிறு எறிந்து முரிந்த கதுவாய் எஃகின்,
விழுமியோர் துவன்றிய அகல் கண் நாட்பின்
எழுமுடி மார்பின் எய்திய சேரல்!
குண்டு கண் அகழிய மதில் பல கடந்து,
பண்டும் பண்டும் தாம் உள் அழித்து உண்ட
நாடு கெழு தாயத்து நனந் தலை அருப்பத்துக்
கதவம் காக்கும் கணை எழு அன்ன
நிலம் பெறு திணி தோள் உயர ஓச்சி,
பிணம் பிறங்கு அழுவத்து, துணங்கை ஆடி,
சோறு வேறு என்னா ஊன் துவை அடிசில்
ஓடாப் பீடர் உள் வழி இறுத்து,
முள் இடுபு அறியா ஏணி, தெவ்வர்

சிலை விசை அடக்கிய மூரி வெண் தோல்,
அனைய பண்பின் தானை மன்னர்-
இனி யார் உளரோ, முன்னும் இல்லை -
மழை கொளக் குறையாது, புனல் புக
நிறையாது,
விலங்கு வளி கடவும் துளங்கு இருங்
கமஞ்சூல்
வயங்கு மணி இமைப்பின் வேல் இடுபு,
முழங்கு திரைப் பனிக் கடல்
மறுத்திசினோரே?

பாடலின் கருத்து:

பொன்னால் செய்யப்பட்ட அழகிய தும்பைப் பூவையும், புற்றில் அடங்கிய பாம்பு போல நெருப்புப் பொறி பறக்கும் அம்பறாத் தூணியில் ஒடுங்கியிருக்கும் அம்புகளையும், வளையும் வில்லையும், வளையாத நெஞ்சையும் யானைகளைத் தாக்கிக் கொல்வதால் நுனி முறிந்த வேலையும் கொண்டவர்கள் உன் வீரர்கள். இவர்கள் செய்யும் போரின்கண், பகையரசர் எழுவரின் முடிப் பொன்னாற் செய்த ஆரத்தை மார்பில் அணிந்து தோன்றும் செங்குட்டுவனே! கேட்பாயாக!

ஆழ்ந்த அகழிகளை உடைய மதில் பல கடந்து உட்புகுந்து அழித்த உன் வீரர்கள், அரண்களைக் காக்கும் அங்குள்ள கணைய மரம் போன்ற தம் தோளை உயர்த்தி ஆடுவர்.

அவர்கள் ஆடும் அக்களத்தில் பிணங்கள் குவிந்து கிடக்கும். இவ்வாறு முன்பும் பல முறை உன் வீரர்கள் வெற்றி பெற்ற களத்தில் துணங்கை என்னும் வெற்றிக் கூத்து நிகழ்த்தியிருக்கின்றனர்.

சோறு வேறு ஊன் வேறு என்று பிரித்து அறிய முடியாதவாறு ஊன் குழைத்த சோற்றை, பகைவரை அழித்த வீரர்களுக்குப் பெருவிருந்தாகக் கொடுத்தல் அரசர்களின் வழக்கம். அவ்வாறு செய்த அரசர்களுக்குள் உனக்கு ஒப்பானவர் ஒருவரும் இல்லை.

பகைவரின் குதிரைகள் முதலியன வருவதைத் தடுக்க முள் இட்டு வைத்தலை அறியாத எல்லைப் புறத்தையும், பகைவரின் அம்பு வேகத்தை அடக்கும் கேடயத்தையும் கொண்ட அரசர்களில் நீ ஒப்பற்றவன்.

கடல், மேகங்கள் வந்து முகந்து கொள்ளுதலால் குறைந்து போவதில்லை. ஆறுகள் வந்து சேர்வதால் நிரம்பி வழிவதும் இல்லை. காற்றால் அசைக்கப்பட்டு அலைகள் ஓயாமல் உள்ளது அக்கடல். அதன் மீது வேலைச் செலுத்தி, அக்கடலிடத்தே எதிர்த்த பகைவரை வெற்றி கொண்ட உன்னை ஒத்தவர் இனிப் பிறக்கப் போவதில்லை. உன் முன்னோரிலும் ஒருவரும் இல்லை. இவ்வாறு பரணர் சேரனைப் புகழ்கிறார்.

ஊன் துவைஅடிசில் என்ன நிறத்தில் இருந்தது என்பதை பதிற்றுப்பத்தின் ஆறாம் பத்தில் காக்கை பாடினியார் நச்செள்ளையார் குறிப்பிட்டுள்ளார்.

> "செவ்வூன் தோன்றா வெண்துவை முதிரை
> வால்ஊன் வல்சி"

- (பதிற்றுப்பத்து: 55: 7 - 8)

இறைச்சியின் செந்நிறம் (செவ்வூன்) தெரியாதபடி அவரைப்பருப்புடன் (முதிரை) சேர்த்து அரைத்த வெண்ணிறத் துவையலும் வெண்ணிற இறைச்சி

(வால்ஊன்) கலந்த சோறும் (வல்சி) என்கிறார். எனவே, அவரைப்பருப்பு சேர்ந்த இறைச்சித் துவையலோடு கோழி இறைச்சி (வெண்ணிற இறைச்சி) பிரியாணி சாப்பிட்டிருகிறார்கள்.

நாம் சாப்பிடும் பிரியாணியில் சோறும் கறியும் வெவ்வேறாகத் தெரியாது. அதைப் போலவே ஊன் துவையடிசிலையும் செய்ய வேண்டும் என்று நம் புலவர்கள் எழுதியிருப்பது மேலே உள்ள பாடல்களின் மூலம் தெரிகிறது.

அக்காலத்து ஊன் சோறு தான் இக்காலத்து பிரியாணியா?

ஊன்சோற்றைச் செய்யும் முறையில் பண்டைக்காலத்திற்கும் இக்காலத்திற்கும் வேறுபாடு உண்டு. அந்த வேறுபாடு, அதில் சேர்க்கும் நறுமணப் பொருள்களின் அளவிலும் உண்டு; செய்முறையிலும் உண்டு. ஆனால், அக்கால ஊன் சோறு தான் இக்காலப் பிரியாணி என்பதில் சந்தேகமே இல்லை. அதற்குச் சில காரணங்கள் உண்டு. அவற்றைப் பார்ப்பதற்கு முன், இக்காலத்தில் பிரியாணிகள் எல்லாம் ஒரே மாதிரி இருக்கிறதா என்று பார்ப்போம்.

தென்மாவட்டங்களில் இருக்கும் பிரியாணி போல ஆந்திராவில் இருக்காது. தென்மாவட்டங்களில் சீரகச் சம்பா அரிசி, ஆந்திராவில் பாஸ்மதி அரிசி. ஆந்திராவில் இருக்கும் பிரியாணியைப் போல கல்கத்தாவில் இருக்காது. கல்கத்தாவில் பிரியாணி மஞ்சள் நிறத்தில் எலுமிச்சைச் சாதம் போல இருக்கும். ஆந்திராவில் காக்கி மற்றும் ஆரஞ்சு நிறத்தில் பிரியாணி இருக்கும். கேரளாவில் இருக்கும் பிரியாணியை பார்த்தால் பிரியாணி என்றே சொல்ல முடியாத வண்ணம் இருக்கும். இணையத்தில்

கேரளா மலபார் பிரியாணி செய்முறை என்று தேடிப் பாருங்கள். கோழி அல்லது ஆட்டு குழம்பின் மேல் வெள்ளைச் சோற்றை நிரப்பி பிரியாணி என்கிறார்கள்.

இப்படி ஒவ்வொரு பகுதியிலும் ஒவ்வொரு விதமாகச் செய்தாலும் அதைப் பிரியாணி என்றே அழைக்கிறோம். அதே போல சங்க காலத்தில் வாழ்ந்த மக்கள் அவர்களிடம் இருந்த மசாலா பொருட்கள், அரிசி, நெய், மஞ்சள், மிளகு, புன்னை இலை (பிரியாணி இலை) ஆகியவற்றோடு இறைச்சியைச் சேர்த்துச் சமைத்திருக்கிறார்கள். இதனால் பிரியாணியைத் தான் சங்க காலத்தில் ஊன் சோறாக நம் மக்கள் சாப்பிட்டு வந்திருக்கின்றனர் என்பது சந்தேகத்திற்கு இடமில்லாமல் தெளிவாகிறது.

ருசியான கதைகள்

குங்குமப்பூ உற்பத்தியில் முதலிடம் வகிக்கும் நாடு அது. எண்ணெய் வளம் என்றும் குன்றியதில்லை. அந்நாட்டின் பெயர் பாரசீகம். அந்த பாரசீகம் என்ற நாட்டைத்தான் இன்று ஈரான் என்று அழைக்கிறோம். அந்த ஈரான் தான் பிரியாணியின் பிறப்பிடம் என்று நம்பப்படுகிறது. சென்ற அத்தியாயத்தில் சங்க காலத்திலேயே நம் தமிழர்கள் பிரியாணி போன்ற ஒரு உணவான ஊன் சோற்றைச் சமைத்துச் சாப்பிட்டதை ஆதாரத்துடன் பார்த்தோம். இந்த அத்தியாயத்தில் ஈரான் தான் பிரியாணி என்ற உணவின் தாயகமா என்று பார்க்க இருக்கிறோம். சிலர் அரேபிய நாட்டில் இருந்து தான் பிரியாணி வந்தது என்கிறார்கள். அது எந்த அளவில் உண்மை என்பதைப் பார்ப்போம்.

ஈரான் ஒரு பாலைவன நாடு. பொதுவாக பாலைவனத்தைக் கடப்பது எளிதான காரியமன்று. நீர் இருக்காது. நீரில்லாவிட்டால் தாவரங்களும் மிருகங்களும் கூட அங்கு வாழாது. உணவு இருக்காது. அது போன்ற இடத்தில் பயணிக்கும் போது உணவைக்

கையில் எடுத்து செல்ல வேண்டும். குறைந்தபட்சம் உணவு தயாரிக்கும் பொருட்களையாவது எடுத்துச் செல்ல வேண்டும். இது நாம் பிக்னிக் ,கேம்பிங், ட்ரெக்கிங் போகும் போது வழக்கமாகச் செய்வது தான். இது போன்ற முறையையே ஈரான் நாட்டு மக்கள், குறிப்பாக வியாபாரிகள் மற்றும் போர் வீரர்கள் பின்பற்றி வந்திருக்கின்றனர்.

உணவு சமைக்கத் தேவையான அரிசி, மசாலாப் பொருட்கள், தண்ணீர், இறைச்சி அனைத்தையும் கையோடு எடுத்துச் சென்றிருக்கிறார்கள்.

அப்போது அவர்கள் செய்த உணவு தான் பிரியாணி. பிரியாணிக்கு தம் போட சூடான பாலைவன மணலில் புதைத்து வைத்து விட்டு ஒட்டகத்தின் நிழலில் ஓய்வு எடுப்பது அந்நாட்டின் பாரம்பரியமாக இன்று வரை இருக்கிறது .

போர் புரியும் இடம் பாலைவனமாக இருக்காது. எனவே, போர் சமயத்தில் காட்டுப் பகுதியில் ஆழமாகக் குழி தோண்டி அதில் தீமூட்டி, சமைத்து சாப்பிட்டு இருக்கின்றனர் .

பாலைவனமாக இருந்தாலும் சரி. போர் புரியும் இடமாக இருந்தாலும் சரி. அங்கே ஷவர்மா செய்து சாம்பாரில் முக்கி சாப்பிட முடியாது. எந்த உணவாக இருந்தாலும் நிறைய நேரம் பசி தாங்கக் கூடிய உணவாக இருக்க வேண்டும். அதே சமயம் சத்துள்ள உணவாகவும், சீக்கிரம் செய்யக் கூடியதாகவும் இருக்க வேண்டும். அதனால், பிரியாணி போன்ற ஒரு உணவை தயார் செய்ததாகத் தகவல் கிடைக்கிறது.

கிடைக்கும் மிருகங்களை வேட்டையாடி, அவற்றின் இறைச்சியை வெட்டி, அரிசி, மசாலா பொருட்கள்

அனைத்தையும் ஒரே சட்டியில் கொட்டி தம்மில் வேக வைத்து சமைத்துச் சாப்பிட்டிருக்கிறார்கள்.

இதை நாம் இன்றைய காலத்தில் பொருத்திப் பார்க்கலாம். நம் நாட்டைப் பாதுகாக்கும் வீரர்கள் போர்க்களத்தில் ஆடம்பரமான உணவா சாப்பிட முடியும்? சீக்கிரம் சமைக்கக் கூடிய அதே சமயம் நல்ல போஷாக்குள்ள உணவைத்தானே சாப்பிட வேண்டும். இன்றும் பிரியாணியை மதிய உணவாக சாப்பிடுவோர் இரவுணவைத் தவிர்த்து விடுகிறார்கள். காரணம், அது மறுநாள் காலை வரை பசி தாங்கக் கூடியதாக இருக்கும்.

ஈரான் மக்கள் முதலில் குறைவான மசாலா பொருட்களைப் பயன்படுத்திச் சமைத்ததாகவும் பின்னர் ருசியைக் கூட்ட நிறைய வாசனைப் பொருட்களைப் பயன்படுத்தி சமைத்ததாகவும் குறிப்புகள் கிடைக்கின்றன.

உண்மையில் இறைச்சி அவ்வளவு சுவையானதல்ல . வாசனை மசாலாப் பொருட்களான பட்டை, கிராம்பு , ஏலக்காய், புன்னை இலை போன்றவற்றைச் சேர்க்காமல் சாப்பிட முடியாது. நாற்றம் அடிக்கும். குறைந்தபட்சம் உப்பும் மிளகுத்தூளுமாவது போட்டுத் தான் சாப்பிட வேண்டும் .

அது போன்ற பல வாசனைப் பொருட்களை ஈரான் மக்கள் பயன்படுத்தியிருக்கின்றனர். அப்படி அவர்கள் செய்யும் போது பிரியாணி ருசியாகவும் வந்திருக்கிறது. இப்படியே பிரியாணியின் வாசனை ஈரான் நாடு முழுக்கப் பரவியது.

பலர் பிரியாணி ஈரான் நாட்டின் தேசிய உணவு என்று நம்புகிறார்கள். உண்மை அதுவன்று. ஈரான் நாட்டின்

தேசிய உணவு செல்லோ கபாப் கூடியா *(Chelo Kabab Koodieh)*. இன்று அந்த நாட்டின் மக்கள் அந்த உணவை தான் அதிகம் விரும்பிச் சாப்பிடுகிறார்கள்.

பிறகு ஏன் பிரியாணியின் பிறப்பிடம் ஈரான் என்று சொல்கிறார்கள்? அதன் பெயர் காரணத்தினால் தான் . பிரியாணியின் மூல வார்த்தையான பிரிஞ், பிரியாண் என்பவை பெர்சிய மொழியில் தான் இருக்கின்றன. இதன் பொருள் 'வறுத்த சோறு'. பிரியாணி என்ற உணவை தயாரிக்கும் முன்னே இறைச்சியும் அரிசியும் வறுக்கப்படுவதால் பிரியாணி என்று சொல்கிறார்கள்.

அதுமட்டுமல்லாமல், அந்த உணவிற்குப் பெயர் மற்றும் சில கதைகள் ஈரானில் இருந்து வந்ததால் அது அந்த நாட்டின் உணவு என்று பலர் நம்புகிறார்கள்.

நம் தமிழ் மொழியில் ஆங்கிலக் கலப்பு வந்துவிட்டது. உதாரணமாக, நேரம் என்ன என்று கேட்காமல் டைம் *(Time)* என்ன என்று கேட்கிறோம். டைம் என்ற வார்த்தை ஆங்கிலத்தில் இருந்து வந்தமையால் நேரத்தை கண்டுபிடித்தவர் ஒரு பிரித்தானியர் என்று சொல்ல முடியுமா?

சரி, பிரியாணிக்குத் தமிழில் ஒரு பெயர் வைப்போம்.

ஊன் சோறு அல்லது ஊன்துவை அடிசில் என்ற வார்த்தைகளுக்கு ஊனடிசில் என்று ஒரு பொதுச்சொல் இருக்கிறது.

ஊனடிசிலில் பலவகைகள் உள்ளன. ஒவ்வொரு வகையையும் குறிப்பிட வெவ்வேறு சொற்களைப் பயன்படுத்தலாம்.

"மட்டன் பிரியாணி" என்பதை "ஆட்டூன் அடிசில்" (ஆடு + ஊன் = ஆட்டூன்) என்று சொல்லலாம்.

ஆட்டுக்கு இன்னொரு பெயர் "மறி"; எனவே மறி + ஊன் + அடிசில் = மறியூன் அடிசில் ; இதை இன்னும் சுருக்கமாக "மறியடிசில்" எனலாம் .

மாட்டுக்கறி கலந்து செய்யப்படும் பிரியாணிக்கு "பீப் (Beef) பிரியாணி" என்று பெயர். மாட்டுக்கு வேறு பெயர் "ஆன்".

எனவே ஆன் + ஊன் + அடிசில் = ஆனூன் அடிசில்; இதைச் சுருக்கமாக "ஆனடிசில்" எனலாம் .

சிக்கன் பிரியாணி என்பதை "கோழியூன் அடிசில்" எனலாம். இதை இன்னும் சுருக்கமாக "கோழியடிசில்" என்று சொல்லலாம். முட்டைப் பிரியாணி என்பதை "முட்டையூன் அடிசில்", அல்லது சுருக்கமாக "முட்டையடிசில்" என்று சொல்லலாம் .

முட்டை ஓட்டுக்குள் இருப்பது நீர்ம வடிவிலான ஊன் தானே .

ஆகையால் முட்டையூன் அடிசில் / முட்டையடிசில் என்பது பொருத்தமானதாக இருக்கும்.

சரி! "வெஜிடபிள் பிரியாணி" என்பதை எப்படி அழைப்பது என்ற ஐயம் வருகிறதா? அதையும் பார்ப்போம்.

காய்களின் உட்பகுதியில் என்ன இருக்கிறது ? "சதை".

நல்ல சதைப் பற்று உள்ள முருங்கைக் காய் என்னும் உலக வழக்கை நோக்குக ! சதை, தசை, ஊன் என்பவை ஒரே பொருளைக் குறிக்கும் பல சொற்கள்.

எனவே, சதை என்பது ஊன் அன்றி வேறென்ன ? ஆகையால் "வெஜிடபிள் பிரியாணி" என்பதைக்

"காயூன் சோறு" (காய் + ஊன் + சோறு = காயூன் சோறு) என்று அழைக்கலாம்.

இதை இன்னும் சுருக்கமாக "காயடிசில்" என்று சொல்லலாமே.

நாளைக்கு டைனோசர் என்று விலங்கை வேட்டையாடி பிரியாணி செய்தோமானால் கூட அதற்கும் தமிழிலேயே பெயரிடுவோம்.

பாரசீகம் பற்றிப் பார்த்தோம். இந்தியாவிற்குள் பிரியாணி நுழைந்தது பற்றி நமக்கு கிடைக்கும் வரலாற்றுப் பதிவுகள் குறித்து பிரியாணி தர்பார் என்ற புத்தகத்தில் இருக்கிறது. அதில் கிடைக்கும் சில தகவல்கள் பின்வருமாறு :

1) *வட இந்தியாவைப் பொருத்தவரை, முகலாய மன்னர்கள் மூலம் இந்தியாவிற்குள் பிரியாணி நுழைந்தது.*

2) *மங்கோலிய பேரரசன் தைமூர் இந்தியா மீது படையெடுத்த பொழுது படைவீரர்களுக்குப் பிரியாணி சமைத்த குறிப்புகள் நமக்குக் கிடைத்துள்ளன.*

3) *அரேபியர்கள் கேரளாவில் இருக்கும் கொச்சியுடன் பல நூற்றாண்டுகளாக வர்த்தகத் தொடர்பில் இருந்தவர்கள். அரேபியர்கள் சமைப்பதைப் பார்த்து தென்னிந்தியர்களும் பிரியாணி சமைக்க ஆரம்பித்தார்கள் .*

4) *மன்னர்கள் மட்டுமே சாப்பிட்டு வந்த பிரியாணியை, படை வீரர்களையும் சாப்பிட வைத்த பெருமைக்குரியவர் மும்தாஜ் பேகம். ஆம்! தாஜ்மஹால் உருவாகக் காரணமாக*

இருந்த அதே மும்தாஜ். போர் வீரர்கள் ருசியாகச் சாப்பிடவும், வலிமையோடு போர் புரியவும் மும்தாஜ் சில மாற்றங்களைப் பிரியாணியில் செய்தார். மொகல் பிரியாணியாகத் தொடங்கிய பிரியாணியின் புகழ் அன்றிலிருந்து திக்கெட்டும் பரவத்தொடங்கியது.

5) ‘அவத்’ என்று அழைக்கப்பட்ட இன்றைய ‘லக்னோ’வை ஆண்ட நவாப்பில்’ தொடங்கி, ஹைதராபாத் நிஜாம், திப்பு சுல்தான் வரை பலரின் நாக்கைக் கட்டிப் போட்டதோடு மட்டுமில்லாமல், அவர்களின் சமையற்காரர்கள் மூலம் பிரியாணியில் விதம் விதமான ஆராய்ச்சிகள் நடந்து நிறைய வகைகளோடு பிரியாணி சாம்ராஜ்யம் தொடங்கியது.

6) ஆங்கிலேயர் ஆட்சிக் காலத்திற்குப் பிறகு மன்னர்களின் அரண்மனையை விட்டு வெளியேறிய பிரியாணி, சாதாரண மனிதர்களின் வாழ்க்கையில் சப்பணம் போட்டு உட்கார்ந்து கொண்டது.

7) 2017ம் வருடம் ஹைதராபாத் பிரியாணியைப் பெருமைப்படுத்தும் வகையில் இந்திய அஞ்சல் துறை சிறப்பு அஞ்சல் தலையை வெளியிட்டது.

மணப் பொருளும் மருத்துவப் பொருளும்

பிரியாணி என்ற உணவைத் தயார் செய்ய பாஸ்மதி அரிசி, இறைச்சி, வெங்காயம், தக்காளி, பச்சைமிளகாய், மிளகுத்தூள், கொத்தமல்லித் தழை, புதினா, இஞ்சி, பூண்டு, மல்லித்தூள், மிளகாய்த்தூள், மஞ்சள் தூள், பட்டை, லவங்கம், பிரியாணி இலை, ஏலக்காய், சீரகம்

தயிர் போன்ற உணவுப் பொருட்களை பயன் படுத்துகிறோம்.

இந்த உணவுப் பொருட்களின் பயன்களை அறிந்திருப்பீர்கள், அனுபவ ரீதியாக உணர்ந்துமிருப்பீர்கள். இவற்றின் வரலாற்றை இந்தக் கட்டுரையில் பார்ப்போம்.

பட்டை

- *பட்டையில்லாமல் பிரியாணியா? வாய்ப்பே இல்லை.*

- பிரியாணியைத் தாங்கிப்பிடிப்பதே பட்டையின் பிரத்தியேக மணம் தான். பிரியாணிக்குள் தனது சாரத்தையிறக்கிச் செரிமானத்தைத் தூண்டும் இனிமையான வஸ்து பட்டை.
- இதன் தாயகம் நம் இந்தியாவின் தெற்கே நீர்த்துளி போல தொங்கிக் கொண்டிருக்கும் இலங்கை தான். அங்கு விளையும் பட்டைதான் நல்ல தரத்துடனும், மிகுந்த மணத்துடனும் இருக்கும். சீனாவில் விளையும் பட்டையின் பெயர் கச்சியா *(cassia)*. இது இலங்கைப் பட்டையை விட கொஞ்சம் தடிமனாக இருக்கும். மணமும் தரமும் இலங்கைப் பட்டையை விடக் குறைவு.
- பட்டையைப் புனிதமாகக் கருதிக் கடவுளுக்குப் படைத்தனர் கிரேக்கர்கள்.
- சுமார் 2800 ஆண்டுகளுக்கு முன்பே, இதனைப் பற்றி சீன எழுத்துகளிலும், பைபிளிலும் குறிப்பிடப் பட்டுள்ளது. பைபிளில் மோசஸ் பட்டையைப் பயன்படுத்தினார். எகிப்தியர்கள் பட்டையைச் சீனாவிலிருந்து இறக்குமதி செய்தனர். அவர்கள் இதை மருந்தாக மட்டுமின்றி, உணவுப் பொருளாகவும், இறந்த உடலைப் பதப்படுத்தவும் பயன்படுத்தினர்.
- அக்காலத்தில் பட்டை, தங்கம் போல் மதிக்கப்பட்டு பயன்படுத்தப்பட்டது. ரோமானியர்களும் கூட, பட்டையை முக்கியமான புனிதப் பொருளாகவே கருதினர். மனிதர்கள் இறந்தபின், எரியூட்டும்போது பட்டையும் சேர்த்தே எரித்தனர்.
- கி.பி 65ஆம் ஆண்டில் ரோமப் பேரரசர் நீரோ, தன் மனைவி போப்பயாவைக் கொலை செய்த பின்,

அவரின் உயிருக்கு இரங்கலைத் தெரிவிக்கும் முகமாகவும், தனது செயலுக்கு வருத்தம் தெரிவிக்கவும், ஓராண்டு முழுவதும் இறக்குமதி செய்த பட்டையை மனைவியின் உடலை எரியூட்டப் பயன்படுத்தினர்.

- சில நாடுகள் 11ம் நூற்றாண்டில், பட்டை போன்ற நறுமணப் பொருட்களைப் பணமாகப் பயன்படுத்தின. ஐரோப்பாவில், 14ம் நூற்றாண்டில், பிளேக் நோய் வந்து மக்கள் கூட்டம் கூட்டமாய் இறந்தனர். சுமார் முப்பதில் இருந்து அறுபது சதவீதம் மக்கள் தொகை காலியாயிற்று. அப்போது, நோயாளி இருக்கும் அறைகளில், பஞ்சில் பட்டை மற்றும் கிராம்பை நனைத்து வைப்பார்களாம். மேலும் பட்டையை எரித்து அந்த மணத்தை நுகரச் செய்வார்களாம். பின்னர் 15ம்,16ம் நூற்றாண்டுகளில் மேலை நாட்டினர் பட்டையைத் தேடிப் பயணம் மேற்கொண்டனர்.

- மத்திய காலத்தில், சமூகத்தின் மேல்தட்டு வர்க்கத்தினரால் மட்டுமே, பயன்படுத்தப்படும் பொருளாகப் பட்டை இருந்தது. அப்போது ஒருவரிடம் எவ்வளவு நறுமணப் பொருள் உள்ளது என்பதைக் கணக்கிட்டே, அவரின் சமூக மதிப்பீடு செய்யப்படுமாம்.

- கி.பி முதலாம் நூற்றாண்டிலேயே, இயற்கையியல் தத்துவஞானி, வரலாற்றியலாளர் பிளினி, பட்டையைப் பற்றித் தெளிவாக எழுதி வைத்துள்ளார். அப்போது 350 கிராம் பட்டைக்கு ஐந்து கிலோ வெள்ளிக்கு இணையான மதிப்பு இருந்தது. அதாவது அதைவிடப் பதினைந்து மடங்கு எடையுள்ள வெள்ளி கொடுக்கப்பட்டே பட்டை பெறப்பட்டது எனக் குறிப்பிடுகிறார்.

- மத்திய காலத்தில் வாழ்ந்த மருத்துவர்கள், லவங்கப் பட்டையை மருந்தாகவே பயன்படுத்தினர். இதனை இருமல், தொண்டைக் கமறல், தொண்டைப்புண் போன்றவற்றிற்கும் உபயோகித்தனர்.

- சாக்லேட் ரகங்களில் இந்தப் பட்டையை சேர்த்து நறுமணம் ஏற்படுத்துவது ஸ்பெயின் மக்களின் வாடிக்கை. நெதர்லாந்து திருவிழா உணவுகளில் ஒன்றான 'ஸ்பெகுலாஸ்' என்பதன் முக்கிய உட்பொருள் பட்டை.

- மாதுளம் பழச்சாற்றை அடிப்படையாகக் கொண்டு செய்யப்படும் 'கோரெஸ்ட்' எனும் ஈரான் உணவிலும் பட்டை இடம்பெற்றுள்ளது.

- இது சமையலில் மட்டுமன்றி வாசனைத் திரவியங்கள், மவுத் ஃபிரெஷ்னர் எனப் பல்வேறு இடங்களில் தலைகாட்டத் தொடங்கியிருக்கிறது.

மிளகு

- அகத்தியர் மற்றும் தேரையரின் நூல்களில் மிளகில் உள்ள நோய் நீக்கும் தன்மை பற்றிய ஏராளமான செய்திகள் நமக்குக் கிடைக்கின்றன. மிகுந்த காரத்தன்மை உள்ள மிளகு, வாதம் தொடர்பான நோய்களை விரட்டக்கூடியது என்று அகத்தியர் தம் பாடலில் குறிப்பிடுகிறார்.

- மிளகு, மசாலாப் பொருட்களின் ராஜா என்று அழைக்கப்படுகிறது. ஒரு காலத்தில் தங்கத்தைச் சேர்த்துவைத்திருப்பவரைவிட நெடியும்மணமும் நிறைந்த காய்ந்த மிளகு வைத்திருப்பவர்தான் பணக்காராகக் கருதப்பட்டனர். பண்டைய

கிரேக்க நாகரிகத்தில் அதாவது கி.மு 4ஆம் நூற்றாண்டு முதல் மிளகு மிகக் குறைந்த அளவில் உபயோகப்படுத்தப்பட்டுள்ளது. மிக விலையுயர்ந்த பொருளாகவும், பெரும் தட்டுப்பாடுடைய வளமாகவும் இருந்தது. இதனால் செல்வந்தர் மட்டுமே மிளகின் சுவையை அறிந்திருந்தனர்.

- இன்று கறி என்றால் அசைவம் என்று சொல்கிறோம். ஆனால், அப்போது கறி என்றால் மிளகினை தான் சொல்வார்கள். நமது பாரதநாட்டின் மீது மற்ற நாடுகள் படையெடுக்க இதுவும் ஒரு காரணம்.

- இந்த மிளகானது அன்றும், இன்றும் நம் நாட்டிலிருந்து மற்ற நாடுகளுக்குப் பெருவாரியாக ஏற்றுமதி செய்யப்படுகிற ஒரு பொருள்.

- முக்கியமாகக் குளிர் அதிகம் இருக்கும் பிரதேசங்களுக்கு இது அதிகம் ஏற்றுமதி செய்யப்படுகின்றது. குளிர் நிறைந்த பகுதியில் இறைச்சியினை வெறுமனே உட்கொண்டால் சுவை தெரியாது. இந்த மிளகை இறைச்சியுடன் சேர்த்துச் சமைத்து ருசித்தால் தான் சுவை கூடும்.

- அது மட்டுமல்லாமல், இந்த மிளகானது நீண்ட நாட்களுக்கு இறைச்சியினைக் கெடாமல் பாதுகாத்ததோடு, உடலுக்கு ஆரோக்கியத்தை அளிக்கக்கூடிய பொருளாகவும் இருக்கிறது.

- தமிழ்நாட்டில் காய்ச்சல், இருமல், விஷக்கடி, மூட்டுவலி, சுவையுணர்வின்மை போன்ற பிரச்சனைகளுக்குக் கை வைத்தியமாக மிளகு பயன்படுகிறது. ஆயுர்வேதத்தில் புற்றுநோய்,

பக்கவாதத்தின் தீவிரத்தைக் குறைப்பதற்கு மிளகு பரிந்துரைக்கப்படுகிறது .

ஏலக்காய்

- நறுமணப் பொருட்களின் ராஜா மிளகு என்றால், ராணி ஏலக்காய். ராஜாவான மிளகை அள்ளிச் செல்ல வந்த ஐரோப்பியர், கூடவே ராணியான ஏலக்காயையும் திருடிச் சென்றுவிட்டார்கள்.
- பதினைந்தாம் நூற்றாண்டில் நறுமணமூட்டிகளின் விலை உச்சத்தில் இருந்தபோது மற்றவற்றைப் பின்னால் தள்ளி, முதலிடத்தில் நட்சத்திரமாக மின்னியது ஏலக்காய்.
- நம் நாட்டில் வரைமுறையின்றி விளைந்து கிடக்கும் ஏலக்காயைத் தேடிப் பல்வேறு நாட்டு வணிகர்கள், நமது மேற்குத்தொடர்ச்சி மலையின் ஒரு பகுதியான ஏலமலையில் அலைந்து திரிந்த வரலாறு உண்டு.
- கிரேக்கர்கள், ரோமானியர்கள் இதை இதன் அடர்த்தியான வாசனைக்காக மசாலாவாகப் பயன்படுத்தினர். முற்கால ஸ்காண்டிநேவிய கடற்கொள்ளைக்காரர்கள் தங்களது பயணத்தின் போது இதைக் கண்டு பிடித்துத் தங்கள் நாட்டிற்குக் கொண்டு சென்றனர்.
- பஞ்சாப் மாநிலத்தில் குழந்தை பிரசவித்த தாய்க்கு, அடுத்த சில மாதங்கள் வரை ஏலக்காய் விட்டுக் கொதிக்க வைக்கப்பட்ட நீரை வடி கட்டிக் கொடுக்கிறார்கள். இது பிரசவத்திற்குப் பின்னர் கருப்பையைச் சுத்திகரிக்கும்; மேலும் தாய்ப்பால் மூலம் குழந்தையின் குடல்

பகுதிகளைத் தாக்கக்கூடிய கிருமிகளை அழிக்கும் என்று அவர்கள் நம்புகிறார்கள்.

சீரகம்

- சீரகம்=சீர்+அகம். அகத்தினைச் சீர் செய்வதால் இதன் பெயர் சீரகம் என்று ஆயிற்று. சீரகத்தில் வைட்டமின் சி மற்றும் ஏ நிரம்பி இருக்கிறது.
- பணத்திற்குப் பதிலாக சீரகத்தை வரியாக கட்டுங்கள் என்று ரோமானியப் பேரரசு ஆணையிடுமளவுக்குச் சீரகத்தின் மதிப்பு இருந்துள்ளது.
- சீரகத்தின் தாயகம் இந்தியாதான் என்று பலர் நினைக்கிறார்கள். அது உண்மையல்ல. சிரியாவில் நடந்த அகழாய்வின் மூலம், சில ஆயிரம் ஆண்டுகளுக்கு முன் அங்கு சீரகம் உபயோகிக்கப்பட்டதற்கான தடயங்கள் கிடைக்கின்றன.
- எகிப்து நாட்டின் புதிய ராஜ்ஜியத்திலும் சீரகத்தின் பயன்பாடு இருந்ததற்கான ஆதாரங்கள் உள்ளன. அரேபியா மசாலாப் பொருட்களில் கூட இது நீண்ட காலமாக உபயோகிக்கப்படுகிறது. நாம் இங்கே எலுமிச்சை, மாங்காய் போன்ற காய்களில் ஊறுகாய் போடுவதைப் போல ஈரானியர்கள் சீரகத்தை வைத்துத் தயாரிப்பார்களாம்.

கிராம்பு

- மெசப்டோமியா நாகரிகப் பகுதி மக்களின் சமையலறையில் கிராம்பு பயன்படுத்தப் பட்டதற்கான ஆதாரங்கள் கிடைத்திருக்கின்றன. இருப்பினும் இதன் தாயகம்

இந்தோனேசியாவின் மலுக்கா தீவுகள் தான் என்று ஆய்வுகள் கூறுகின்றன. இது பல்லாயிரம் ஆண்டுகளுக்கு முன்பே அங்கிருந்து நீர் மற்றும் தரைவழிப் பயணமாகத் தென்னிந்தியாவைத் தாண்டி, அரேபிய பாலைவனத்தையும் கடந்து, மெசபடோமியா பகுதிகளுக்கு சென்றடைந்துள்ளது. கிராம்பைத் தேடி சீனர்களும் ஆங்கிலேயர்களும் பிரெஞ்சுக்காரர்களும் விரைந்தனர் என்கிறது வரலாறு.

- 'சீனத்தின் பொற்காலம்' எனப்படும் 'ஹான் ராஜ்ஜியத்தில்' அரசரிடம் நிறைகுறைகளைக் கூறவேண்டுமென்றால், பொதுமக்கள் வாயில் கிராம்பை அடக்கிக்கொண்டுதான் பேசவேண்டும். கிருமிகள் வாய்மூலம் பரவி அரசரைத் தாக்காமல் இருக்க இந்த ஏற்பாடு.

- நறுமணமூட்டிகளுக்கான போர் உச்சத்திலிருந்த போது, பிற நாடுகளுக்குக் கிராம்பின் இருப்பிட ரகசியம் தெரிந்துவிடக்கூடாது என்பதற்காகப் பெரிய அளவிலான கிராம்புக் காடுகளை டச்சுக்காரர்கள் தீயிட்டுக் கொளுத்தினர்.

மல்லி

- உலகின் பழைமையான நறுமணமூட்டிகளுள் கொத்தமல்லி விதையும் ஒன்று. பல ஆயிரம் ஆண்டுகளுக்கு முந்தைய புதைப்படிவ ஆதாரங்களின் மூலம் கொத்தமல்லியின் பயன்பாடு பற்றி அறிய முடிகிறது.

- பண்டைய கிரேக்கம் மற்றும் அரேபியச் சமையல் அறைகளை, தனது நறுமணத்தால் கொத்தமல்லி அலங்கரித்துள்ளது.

- ''ஈபெர்ஸ் பாபிரஸ்' என்கிற எகிப்தின் பழைமை வாய்ந்த மருத்துவ நூலில் கொத்தமல்லி பற்றிய குறிப்பு இருக்கிறது.

- ஹிப்போ கிரேடஸ், தனது மருந்துகளில் கொத்தமல்லி விதைகளைக் கலந்து கொடுத்ததற்கான ஆதாரங்கள் கிடைக்கின்றன. இளம் வயதிலேயே மரணமடைந்த வரலாற்றுச் சிறப்புமிக்க மன்னர் துதன் காமுனின் புதைகுழிக்குள் கொத்தமல்லியும் சேர்த்துப் புதைக்கப்பட்டது.

- கொத்தமல்லியின் பயன்பாடு உலகம் முழுவதும் பிரபலம்.

- இந்தியா, லத்தீன் அமெரிக்கா, மத்தியத் தரைக்கடல் நாடுகள், ஆப்பிரிக்கா மற்றும் ஐரோப்பிய நாடுகளில் கொத்தமல்லி பரவலாகக் காணப்படுகிறது.

- 'கொரிஜோ' என்கிற உணவில் துருக்கியக் காபியை நறுமணமூட்ட முக்கியமாக உதவுவது கொத்தமல்லியே.

குங்குமப்பூ

- நினைத்ததுமே காதல் வயப்பட வைத்து விடும் என்பதால்தான் விலை அதிகமாக இருக்கிறதோ? அதனால் தான் உலகிலேயே விலையுயர்ந்த நறுமணமூட்டியாக இருக்கிறது. குங்குமப்பூ ஆங்கிலத்தில் சஃப்ரோன் *(Saffron)* என்றழைக்கப்படுகிறது. இச்சொல் இலத்தீன் சொல்லான *Safranum* என்பதிலிருந்து மருவியது.

- ‘குரோக்கஸ் சடைவஸ்’ என்ற தாவரத்தின் மலரிலுள்ள மகரந்தங்களை ஏந்திக் கொண்டிருக்கும் சூல்முடியின் உலர்ந்த பகுதியே, குங்குமப்பூ. நாம் பயன்படுத்தும் குங்குமப்பூ உருவாக, பல்லாயிரக்கணக்கான மலர்கள் மற்றும் லட்சக்கணக்கான சூல்முடிகளின் தியாகம் தேவைப்படுகின்றது.அதுவும் பல தொழிலாளிகளின் நுணுக்கமான உழைப்பில் தான் கிடைக்கிறது.

- தெற்கு ஐரோப்பிய நாடுகள் இதன் பூர்வீகம். கிரேக்கத்தில் இதன் பயன்பாடு குறித்த பதிவுகள் கி.மு நான்காம் நூற்றாண்டு முதல் காணப்படுகின்றன. ‘குரோக்கின்’ *(Crocin)* மற்றும் 'சாஃப்ரனால்' *(Safranal)* ஆகிய மருத்துவ குணமிக்க வேதிப்பொருட்கள், குங்குமப்பூவுக்குப் பலமூட்டுகின்றன.

- குங்குமப்பூவில் இருந்து பிரித்தெடுக்கப்படும் சாறு, மனச்சோர்வைத் தடுக்கப் பயன்படுவதாக ஆய்வுகள் நிரூபித்துள்ளன.

- வட இந்தியாவின் குறிப்பிட்ட பகுதி மக்கள், ‘குங்குமப்பூவின் நிறமே, கடவுள் நிறம்’ என்ற கருத்தில் ஆழ்ந்த நம்பிக்கை கொண்டு இருக்கிறார்கள். இதனால் குங்குமப்பூவையும் கடவுளாகவே பாவிக்கின்றனர். குழந்தை ஈன்ற தாய்மாரையும் விருந்தினர்களையும் கடவுளாக நினைத்து, அவர்களுக்குக் குங்குமப்பூ சேர்த்த உணவுகளைக் கொடுத்து உபசரிக்கின்றனர். குங்குமப்பூவுடன் சில பொருட்களை சேர்த்து உருவாக்கப்படும் நொதித்த பானம், முற்கால மன்னர்களின் அரசபானமாகவும்

இருந்திருக்கிறது. வட இந்தியாவில் இன்றும் சில இடங்களில் தாம்பூலம் தரிக்கும்போது, அதில் குங்குமப்பூவை சேர்த்துக்கொள்வது நெடுங்காலப் பழக்கம்.

மஞ்சள்

- மஞ்சளின் தாயகம் இந்தியா ஆகும். இது சுமார் ஐயாயிரம் ஆண்டுகளுக்கு முன்னரே இங்கு பயிர் செய்யப்பட்டது.

- முதலில் இது சாயமேற்றியாக மட்டுமே இருந்தது. அதன் பின்னர் மருந்தாகவும், சமையல் பொருளாகவும், அழகு சாதனமாகவும் பயன்படுத்தப்பட்டது.

- கி.மு 700-ல் இது இந்தியாவிலிருந்து சீனாவிற்குப் பரவியது. மஞ்சளானது கி.மு 800-ல் கிழக்கு ஆப்பிரிக்காவிலும்,கி.மு 1200-ல் மேற்கு ஆப்பிரிக்காவிலும் பயன்பாட்டுக்கு வந்தது.

- பின்னர் உலகெங்கும் உள்ள வெப்பமண்டல நாடுகளுக்கு பரவியது.13-ம் நூற்றாண்டில் அரேபியர்கள் இதனை ஐரோப்பாவிற்கு அறிமுகம் செய்தனர்.

- மஞ்சளை ‘மஞ்சள் இஞ்சி’ என்று சீனர்கள் அழைக்கின்றார்கள்.மஞ்சள் தமிழ் நாட்டில் பல்லாயிரம் ஆண்டுகளுக்கு முன்பிருந்து இப்போது வரை சித்த மருத்துவத்தில் பிரதானமாகப் பயன்படுத்தப்படுகிறது.

- மஞ்சளும் குங்குமப்பூவும் கலந்து செய்யப்படும் 'ஹரிரா' (Harira) எனும் 'சூப்' ரகத்தை மொராக்கோ நாட்டினர் அதிக அளவில்

விரும்பி சாப்பிடுகின்றனர். அதே போல மஞ்சளைக் கொண்டு தயாரிக்கப்படும் மஞ்சள் நிற கேக் லெபனான் நாட்டில் பிரசித்தி பெற்ற சிற்றுண்டியாகும். மத்திய கிழக்கு நாடுகளில் அசைவ உணவுகளுக்குச் சுவையூட்டப் பயன்படும் 'செர்மவுலா' *(Chermoula)* மசாலா வகையில் மஞ்சளுக்கு முக்கிய இடம் உண்டு. இதுமட்டுமன்றி, தேநீருடன் மஞ்சள் கலந்து பருகும் வழக்கம் ஜப்பானியர்களிடம் இருக்கிறது.

- இன்று உலகின் மொத்த மஞ்சள் தேவையில் எண்பது சதவீதத்தை இந்தியா பூர்த்தி செய்கிறது.

பூண்டு

- பூண்டுக்கு இலசுனம், உள்ளி, வெள்ளை வெங்காயம் போன்ற வேறு பெயர்கள் உண்டு. பூண்டு உலகம் முழுவதும் ஆயிரக்கணக்கான ஆண்டுகளாகப் பயன்பாட்டில் இருக்கின்றது. கிசா பிரமிடுகள் கட்டப்பட்டபோது பூண்டு பயன்பாட்டில் இருந்ததாகப் பதிவுகள் குறிப்பிடுகின்றன.

- 'இன்று "மேற்கத்திய மருத்துவத்தின் தந்தை" என்று அழைக்கப்படும் பண்டைய கிரேக்க மருத்துவர் ஹிப்போகிரட்டீஸ், பரவலான நோய்களுக்குப் பூண்டைப் பரிந்துரைத்தார். அத்தோடு சுவாசப் பிரச்சினைகள், ஒட்டுண்ணிகள், செரிமானம் மற்றும் சோர்வு ஆகியவற்றிற்கு சிகிச்சையளிக்க பூண்டைப் பயன்படுத்துவதை ஊக்குவித்தார்.

- பண்டைய கிரேக்கத்தில் ஒலிம்பிக் விளையாட்டு வீரர்களுக்குப் பூண்டு வழங்கப்பட்டது. இது விளையாட்டுகளில் பயன்படுத்தப்படும்

“செயல்திறனை அதிகரிக்கும்” என்பது அன்றைய நம்பிக்கை.

- பண்டைய எகிப்திலிருந்து, சிந்து பள்ளத்தாக்கின் (இன்று பாகிஸ்தான் மற்றும் மேற்கு இந்தியா) மேம்பட்ட நாகரிகங்களுக்குப் பூண்டு பரவியது. அங்கிருந்து, அது சீனாவுக்குச் சென்றது.

- இரண்டாம் உலகப்போரின் போது, ரஷ்யப் போர் வீர்களின் காயங்களுக்குக் கிருமிநாசினியாக பூண்டு பயன்படுத்தப்பட்டது. அது அதிக பலன் தந்தது. இதன் காரணமாக 'ரஷ்யாவின் பென்சிலின்' என்று பூண்டுக்குப் பெயர் சூட்டப்பட்டது.

- மத்திய கிழக்கு, கிழக்கு ஆசியா மற்றும் நேபாளத்தின் வரலாறு முழுவதும், மூச்சுக்குழாய் அழற்சி, உயர் இரத்த அழுத்தம், காசநோய், கல்லீரல் கோளாறுகள், வயிற்றுப்போக்கு, வாய்வு, குடல் புழுக்கள், வாத நோய், நீரிழிவு நோய் போன்றவற்றுக்குச் சிகிச்சையளிக்கப் பூண்டு பயன்படுத்தப்படுகிறது. அமெரிக்காவில் உள்ள 'தி ஸ்டிங்கிங் ரோஸ்' உணவகத்தின் அனைத்து உணவு வகைகளிலும் பூண்டு சேர்க்கப்படுகிறது. பூண்டு ஐஸ்க்ரீம் அந்த உணவகத்தின் சிறப்பு.

தக்காளி

- இந்தியாவில் இருக்கும் அனைத்து உணவுகளிலும் பெரும்பாலும் தக்காளியைப் பயன்படுத்துகிறோம். தக்காளி ஒரு காய் அல்ல பழம்.ஒரு பழத்தை எப்படி நம்மால் எல்லா உணவுகளிலும், எல்லா வேளைகளிலும் சாப்பிட முடியும்? அதற்குக் காரணம், அது நம் நாட்டின்

அனைத்து தட்ப வெட்ப சூழ்நிலைகளிலும் சாப்பிட உகந்ததாக இருப்பதே. தக்காளி என்ற வார்த்தை ஸ்பானியப் பெயரான டோமைட் *(Tomate)* என்ற வார்த்தையில் இருந்து வந்தது.

- இதன் தாயகம் இந்தியா என்று பலர் நம்புகிறார்கள். உண்மை அதுவல்ல. இது முதன் முதலில் விளைந்தது தென் அமெரிக்காவில். பதினாறாம் நூற்றாண்டில், போர்த்துகீசிய ஆய்வாளர்கள் மூலம் தக்காளி இந்தியாவுக்கு வந்தது. பின்னர் பதினெட்டாம் நூற்றாண்டிலிருந்து ஆங்கிலேயர்களுக்காக வளர்க்கப்பட்டது.

- இந்தியாவைப் பொறுத்தவரை உத்திரக்கண்ட மாநிலத்தில் அதிகமாக உற்பத்தி செய்யப்படுகிறது. உலகளவில் சீனா இதை அதிகம் விளைவிக்கிறது. முதன் முதலில் தக்காளி விளைந்த போது அது பட்டாணியைப் போல சிறியதாக இருந்தது. இப்போது உலகம் முழுக்க மொத்தம் பத்தாயிரம் வகையான தக்காளிகள் பயிர் செய்யப்படுகின்றன.

வெங்காயம்

- வெங்காயத்தின் தாயகம் ஆசியாவாகும். இந்தியா மற்றும் சீனாவில் இக்காய் பன்னெடுங் காலமாகவே பயன்படுத்தப்பட்டு வருகிறது. எகிப்து, ரோம, கிரேக்க நாகரிகங்களிலும் வெங்காயம் பயன்படுத்தப்பட்டது.

- முதன் முதலில் மத்திய ஆசியாவில் வெங்காயம் தோன்றியதாகச் சொல்லப் படுகிறது. கிறிஸ்து பிறப்பதற்கு ஐயாயிரம் ஆண்டுகளுக்கு முன்னரே வெங்காயம் பயன்பாட்டில் இருந்திருக்கிறது.

- வெங்காயத்தை உணவாக மட்டுமல்ல, வழிபடும் பொருளாகவும் எகிப்தியர்கள் பார்த்திருக்கிறார்கள்.

- வெங்காயம் முறையான உணவுப் பொருளாக பயன்படுத்தப்படுவதற்கு முன்னரே, காட்டு வெங்காய வகைகள் இந்தியாவில் பயன்பாட்டில் இருந்திருக்கின்றது. இந்தியாவில், கி.மு ஆறாம் நூற்றாண்டை சேர்ந்த 'சரக்கா சன்ஹிதா' என்ற மருத்துவ புத்தகத்தில் வெங்காயம் பல்வேறு நோய்களுக்கு மருந்தாகப் பயன்படுத்தப்பட்டதற்கான சான்றுகள் உள்ளன.

- தற்போது இந்தியா, சீனா, அமெரிக்கா, ஈரான், எகிப்து, பாகிஸ்தான் உள்ளிட்ட நாடுகள் வெங்காயத்தை அதிகளவு உற்பத்தி செய்கின்றன.

ஜாதிக்காய்

- 'ஐந்து திரவியம்' எனும் மூலிகைத் தொகுப்பில் ஜாதிக்காயும் ஜாதிபத்திரியும் தவிர்க்க முடியாத உறுப்பினர்களாக இருக்கின்றன. 18-ம் நூற்றாண்டில் உணவின் மீது ஜாதிக்காய்ப் பொடியைத் தூவிச் சாப்பிடுவது அக்காலத்தில் உயர்ந்த அந்தஸ்தாகக் கருதப்பட்டது.

- அமெரிக்காவில் ஜாதிக்காய் அறிமுகமானபோது, அங்குள்ள செல்வந்தர்கள் ஜாதிக்காய் மற்றும் ஒரு வெள்ளி உடைப்பானை உணவு அருந்தச் செல்லும் இடங்களுக்கு எடுத்துச் செல்வார்கள்.

- நாடுகளுக்கிடையே நறுமணமூட்டிகளுக்காக நடைபெற்ற போராட்டத்தில் ஜாதிக்காய் மையப்பொருளாக இருந்திருக்கிறது. மலுக்கா

தீவுகள்தான் இதன் பிறப்பிடம். ஜாதிக்காய் வணிகத்தில் ஆதிக்கம் செலுத்துவதற்காக, அது காணப்படும் இடங்களில் வசிக்கும் மக்களையும், வணிகர்களையும் டச்சுக்காரர்கள் கொடூரமாகக் கொலை செய்தார்கள். அது ஜாதிக்காய் வரலாற்றின் கறுப்புப் புள்ளி. பண்டைய இங்கிலாந்தில், பருப்புச் சேர்த்த கஞ்சி வகைக்கு ஜாதிக்காய் உயிரோட்டம் கொடுத்துள்ளது.

- 'பெகாமெல்' எனப்படும் வெள்ளை ஃப்ரெஞ்சு சாஸூக்குக் கூடுதல் சுவை வழங்குவது ஜாதிக்காய். ஆந்திராவின் கடலோரப் பகுதியில் ஜாதிபத்திரி மற்றும் அன்னாசிப்பூ சேர்க்கப்பட்ட சமையல் பிரசித்தம். காஷ்மீரி மற்றும் முகலாயர்களின் சமையலில் நறுமணமூட்டிய பொருள்களில் ஜாதிக்காயும் ஒன்று.

- இந்தியாவில் தங்கியிருந்த சீனப் பயணி யுவான் சுவாங்கின் உணவுப் பட்டியலில் தினமும் இருபது ஜாதிக்காய்கள் இடம்பிடிக்கும். ஜாதிக்காயில் இருக்கும் 'மிரிஸ்டிசின்' எனும் பொருள், அதன் பிரத்தியேக சுவை மற்றும் பல்வேறு மருத்துவக் குணங்களுக்குக் காரணமாகிறது. ரத்தப் புற்றுநோய்க்கான மருத்துவ ஆய்வில் ஜாதிக்காய் இடம்பிடித்திருக்கிறது.

கசகசா

- பண்டைய எகிப்தியருக்குப் பரிச்சயமாக இருந்த கசகசா தாவரம், எட்டாம் நூற்றாண்டில் நம் தேசம் நோக்கி நகர்ந்தது.

- தூக்கத்தை வரவழைக்கும் மருந்தாக கசகசா பயன்பட்டதாக, மூவாயிரம் ஆண்டுகள்

பழைமையான எகிப்திய மருத்துவ நூல்களில் குறிப்புகள் காணப்படுகின்றன.

- கசகசாவின் தாவரத்தை விதைகளுக்காகப் பிரித்ததற்கான தடயங்கள் சுமேரிய வரலாற்றில் கிடைக்கின்றன. ஜெர்மனி மற்றும் போலந்து நாட்டு உணவு வகைகளில் கசகசாவை சேர்க்கும் பழக்கம் இருக்கிறது. இந்த பொருளில் புரதங்கள் அதிகம் இருப்பதாக ஆய்வுகள் தெரிவிக்கின்றன . பாஸ்பரஸ், இரும்பு, தாமிரம், கால்சியம், நார்ச்சத்து, தயாமின், ஃபோலேட் என ஆரோக்கியத்துக்குத் தேவையான அத்தியாவசியக் கூறுகளையிது கொண்டுள்ளது.

சோம்பு

- இத்தாலிய உணவுகள் பலவற்றில் முக்கிய அங்கமாக இருப்பது சோம்பு. அந்நாட்டில் புகழ்பெற்ற 'சம்பூகா' பானத்துக்கு இது உயிரோட்டம் கொடுக்கிறது. சூப் வகைகளில் சோம்பைத் தூவிப் பருகும் வழக்கம் ஆங்கிலேயர்களுக்கு உண்டு. மொராக்கோ நாட்டில் புகழ்பெற்ற 'ராசெலானவுட்' என்ற உணவிலும் இது சேர்க்கப்படுகிறது.

- செரிமானக் கோளாறுகளுக்குச் சோம்பிலிருந்து தயாரிக்கப்படும் அங்கீகரிக்கப்பட்ட மருந்தே ஜெர்மானியரின் முதற் தேர்வாக இருக்கிறது. சோம்பிலிருந்து பிரித்தெடுக்கப்படும் எண்ணெய்ச் சத்து அதன் மருத்துவக் குணங்களுக்காகப் பல நாடுகளின் அங்கீகரிக்கப்பட்ட மருந்துப் பட்டியலில் இடம் பிடித்துள்ளது.

மிளகாய்

- குகையில் வாழ்ந்த மனித இனம் உணவைச் சமைத்து உண்ண ஆரம்பித்த காலந்தொட்டே மிளகாயைப் பயன்படுத்தியிருக்கின்றது.

- மத்திய மற்றும் தென் அமெரிக்காவில் வாழ்ந்த செவ்விந்தியர்கள் கிறிஸ்துவுக்கு முன்பிருந்தே மிளகாயைப் பயிரிடவும் உணவில் சேர்த்துக் கொள்ளவும் ஆரம்பித்துவிட்டார்கள்.

- அமெரிக்காவைக் கண்டுபிடித்த அதே கொலம்பஸ்தான் மிளகாயையும் கண்டுபிடித்தார். 1493ல் கொலம்பஸ் மற்றும் அவருடைய நண்பர் டீகோ அல்வார்ஸ் சான்சா ஆகியோர் பிற நாடுகளுக்குக் கடல் மார்க்கமாக ஏதாவது கண்டுபிடிக்க வேண்டும் என்ற ஆர்வத்தோடு பயணப்பட்டனர். அந்தச் சமயம் அவர்கள் பல்வேறு விஷயங்களைக் கண்டுபிடித்தனர். அதில் மிளகாய் என்பதும் ஒன்று. மிளகாயை மேற்கிந்தியத் தீவுகள், ஸ்பெயின் மற்றும் போர்ச்சுகல் ஆகிய நாடுகளில் பரப்பி விட்டதே இவர்கள் தாம்.

- போர்ச்சுகல் மாலுமிகள் மூலம் சுமார் நானூறு ஆண்டுகளுக்கு முன் இந்தியாவின் மேற்குக் கடற் கரையிலிருக்கும் கோவா பகுதியை வந்தடைந்த மிளகாய், இந்தியர்கள் மனதை மெள்ள ஆக்கிரமித்து விட்டது.

- மிளகாய், செவ்விந்தியர்களிடமிருந்து உலகுக்கு அறிமுகம் ஆகியிருந்தாலும், பாதுகாப்புக்கு மிளகாய்ப் பொடியைப் பயன்படுத்தலாம் என்பதை உலகுக்கு அறிமுகம் செய்த பெருமை இந்தியப் பெண்களையே சேரும்.

இஞ்சி

- இஞ்சி மூவாயிரம் ஆண்டுகளுக்கும் மேலான வரலாற்றுப் பின்னணியைக் கொண்டுள்ளது. பண்டைய காலம் தொட்டே ஒரு வாசனைத் திரவியமாகப் பயன்படுத்தப்பட்டு வருகிறது. இந்தியாவில் மட்டுமல்ல சீனாவிலும் ஆயுர்வேத மருத்துவத்தில் பயன்படுகிறது . நீரோ சக்கரவர்த்தியின் ஆட்சியின் போது ரோமானிய இராணுவம் இஞ்சியை ஒரு மருந்தாகப் பயன்படுத்தியது எனத் தகவல்கள் கிடைக்கின்றன.

- கி.பி. 1547ஆம் ஆண்டளவில் இஞ்சி ஒரு வாசனைத் திரவியமாக ஐரோப்பிய நாடுகளுக்கு இறக்குமதி செய்யப்பட்டது. அண்மைக் காலங்களில் பல நாடுகளில் வர்த்தகப் பயிராக விளைவிக்கப்ப்பட்டு வருகிறது. சீனா, இந்தியா, அவுஸ்திரேலியா, பீஜி, ஹவாய், ஹொங்கொங், ஜமெய்க்கா, யப்பான், நைஜீரியா, பாகிஸ்தான், மேற்கு ஆபிரிக்கா, தாய்வான் போன்ற நாடுகள் இஞ்சியை அதிக அளவில் பயிரிடுகின்றன.

பாஸ்மதி

அதிக சத்துக்களும் நறுமணமும் சுவையும் கொண்ட இந்தியாவின் பாரம்பரிய அரிசி வகை தான் பாஸ்மதி. `வாசனை முத்து' என்கிற பட்டப் பெயரும் இதற்குள்ளது. நம் நாட்டில் இருக்கும் மற்றைய அரிசி ரகங்களை விட இரண்டு அல்லது மூன்று மடங்கு பெரியது. இந்தியத் துணைக் கண்டத்தின் இமயமலை அடிவாரப் பகுதிகளில் பல நூற்றாண்டுகளாகவே பயிரிடப்பட்டு வருகிறது. புவியியல் ரீதியாக இந்தக்

குறிப்பிட்ட பகுதிகளில் தகுந்த பருவ நிலையில் மட்டுமே இதைச் சாகுபடி செய்ய முடியும்.

பஞ்சாப், ஹரியானா, இமாச்சலப் பிரதேசம், தில்லி, உத்தரகாண்டம் மற்றும் பீகார் ஆகிய மாநிலங்கள் அதிகளவு பாஸ்மதி அரிசியினை உற்பத்தி செய்கின்றன. இது மற்ற இந்திய அரிசிகளை விட நீளமானதாக இருந்தாலும் அவற்றைப் போலன்றி வேகவைத்த பாஸ்மதிச் சோறு ஒட்டிக்கொள்ளாமல் உதிர்ந்து காணப்படுகிறது. வழமையான வெண்ணிற பாஸ்மதி தவிர பழுப்பு நிற பாஸ்மதியும் உண்டு. இப்படிப் பல சிறப்பியல்புகள் இருப்பதால் மற்ற வகை அரிசிகளை விடப் பாஸ்மதியின் விலை கூடுதலாகும்.

பிரியாணி மற்றும் புலாவ் உணவுக்குப் பொருத்தமான அரிசி வகை என்பதால் இதை சவுதி அரேபியா, ஈரான், ஐக்கிய அரபு அமீரகம், ஈராக், குவைத் போன்ற அரபு நாடுகள் அதிக அளவில் இறக்குமதி செய்கின்றன. பல நூற்றாண்டுகளுக்கு முன்பிருந்தே பண்டமாற்று முறையிலான வர்த்தகத்தில் இது முக்கிய பங்கு வகித்தது. தற்போது கமாடிட்டி சந்தையிலும் பாஸ்மதி அரிசி வர்த்தகமாகிறது. பாஸ்மதி அரிசி புவி சார்ந்த குறியீட்டைப் பெற்றுள்ளது. ஆகவே, இதற்கான காப்புரிமை இந்தியா வசம் உள்ளது.

பிரியாணி நல்லவரா? கெட்டவரா ?

ஆழம் தெரிந்து காலை விடு என்று ஒரு சொலவடை உண்டு. அது நம் வாழ்க்கையில் எதற்குப் பொருந்துதோ இல்லையோ உணவிற்குப் பொருந்தும். உணவு சாதாரணமானதல்ல. சமைத்து முடித்த பின் நம் உடலின் ஒரு பகுதியாக மாறப்போவது. அதனால்தான் உணவை உயிர் ஆகாரம் என்று அழைக்கிறோம். ஒரு உணவைச் சாப்பிடும் முன் அதில் என்ன விஷயங்கள் கலந்திருக்கின்றன, அதனால் நம் உடலுக்குப் பாதிப்பு ஏற்படுமா என்று தெரிந்து வைத்துக் கொள்வது அவசியம்.

எப்போதாவது சாப்பிடும் சிறப்பு உணவாக இருந்த பிரியாணி, இன்றைக்கு எல்லா நாட்களிலும் சாப்பிடும் சராசரி உணவாக மாறிவிட்டது.

உணவகத்தில் பிரியாணி சாப்பிட்ட வாலிபர் உயிரிழந்தார், பிரியாணி சாப்பிட்ட சிறுமி திடீரென வாந்தி மயக்கம் ஏற்பட்டு இறந்தார் போன்ற செய்திகளைப் படிக்கிறோம். இதய அடைப்புக்கு

முக்கிய காரணமே பிரியாணி தான் என்று இங்கே பலர் பரப்புரை செய்கிறார்கள்.

உண்மையில் பிரியாணி சாப்பிட்டுத்தான் உயிரிழந்தார்களா? பிரியாணி சாப்பிடுவதால் உடம்பில் கொழுப்புச் சத்து ஏறும், உடலை பாதிக்கும் என்று சொல்கிறார்கள். அது எந்த அளவில் உண்மை?

இந்த கேள்விகளுக்கெல்லாம் விடை தெரிந்து கொள்ள அடிப்படையில் இருந்து ஆரம்பிப்போம் .

முதலில் பிரியாணி என்ற ஒரு உணவை எப்படிச் செய்கிறோம். அதில் என்ன பொருட்கள் சேர்க்கிறோம் என்று பார்ப்போம் .

பிரியாணி வகைகள் பல உள்ளன. உதாரணத்திற்கு நம் தமிழ்நாட்டில் செய்யும் பிரியாணியின் சேர்மானப் பொருட்களை எடுத்துக் கொள்வோம் .

பிரியாணி செய்ய அரிசி, இறைச்சி, வெங்காயம், தக்காளி, பச்சை மிளகாய், மிளகுத்தூள், கொத்தமல்லி, புதினா, இஞ்சி, பூண்டு, மல்லித்தூள், மிளகாய்த்தூள், மஞ்சள்தூள், பட்டை, ஏலக்காய், கிராம்பு, அன்னாசிப்பூ, சீரகம், தயிர், உப்பு, நெய், போன்றவைகளைப் பயன்படுத்துகிறோம்.

மேலே இருக்கும் உணவுப் பொருட்கள் நமக்கு அன்னியமானவையல்ல. அன்றாடம் பயன்படுத்துபவை தான்.

இதிலிருக்கும் மசாலாப் பொருட்களின் மகத்துவம் பற்றிச் சென்ற அத்தியாயத்தில் பார்த்தோம். நமது மசாலாப் பொருட்கள் அனைத்தும் மருந்துக்கும் சுவைக்கும் நடுவில் நிற்பவை. ஆதலால் அவைகளைப் பயன்படுத்துவதில் எந்தச் சிக்கலும்

இல்லை. அதனால், மீதமிருக்கும் பொருட்களைப் பற்றிப் பார்க்கலாம்.

இறைச்சி

பொதுவாக இறைச்சி சாப்பிடுவோர் மீது பொய்யர்கள், திருடர்கள், நேர்மையற்றவர்கள், ஏமாற்றுபவர்கள், சண்டை போடுபவர்கள், உணர்ச்சிகளைக் கையாளத் தெரியாதவர்கள், பாலியல் குற்றம் புரிபவர்கள்

என்று பல முத்திரைகள் குத்தப்படுகின்றன.

அதிலும் அவர்கள் சார்ந்து நம் சமூகத்தில் பல படிநிலைகள் வேறு வகுக்கப்படுகின்றன. ஆடு, மீன் ,கோழி ஆகியவற்றை சாப்பிடுபவர்கள் உயர்தரமானவர்கள் என்றும், மாட்டுக் கறியைச் சாப்பிடுபவர்கள் கீழானவர்கள் என்றும், பன்றிக்கறியைச் சாப்பிடுபவர்கள் இன்னும் கீழானவர்கள் என்றும் வேறு மாமிசங்களைச் சாப்பிடுபவர்கள் இவர்கள் எல்லோரை விடவும் தாழ்ந்தவர்கள் என்றும் விமர்சிக்கப்படுகிறார்கள்.

ஆனால், யதார்த்தத்தில், நீரில் இருக்கும் பாசி, அழுக்கு போன்றவற்றை மீன் சாப்பிடுகிறது. தானியங்கள், எச்சில், புழு, பூச்சி, எறும்பு ஆகியவற்றை கோழி சாப்பிடுகிறது. அதே நேரம் மாடு பச்சைப் புல், வைக்கோல், பருத்திக்கொட்டை, புண்ணாக்கு ஆகியவற்றை மட்டும் உண்டு வாழும். அந்த மாட்டின் கறியை சாப்பிடுபவர்கள் மட்டும் எப்படி இழிவானவர்களாக ஆகி விடுகிறார்கள் என்பது தான் இதிலிருக்கும் முரண்.

ஒலிம்பிக்கில் ஒன்பது தங்கப் பதக்கங்களை வென்ற உசேன் போல்ட், நோபல் பரிசு பெற்றவர்களில் பெரும்பான்மையோர், தகவல் தொழில்நுட்பத்தில்

உலகை உலுக்கிய மைக்ரோசாப்ட், ஆப்பிள் நிறுவன முதலாளிகள், சாக்ரடீஸ், அரிஸ்டாட்டில், பிளாட்டோ, நியூட்டன், மார்க்கஸ், அம்பேத்கர், ஸ்டாலின், லெனின், சேகுவாரா, மைக்கேல் ஜாக்சன் முதலான மகத்தான மனிதர்கள் மாட்டிறைச்சி உண்ணும் பழக்கம் உடையவர்கள். இவர்களை இழிவானவர்கள் என்று யாரும் சொல்வதில்லை. ஒருவரது உணவுப் பழக்கத்தை வைத்து அவரை இழிவானவர் என்று கருதும் போக்கு முற்றிலும் ஒழிக்கப்பட வேண்டும்.

சங்க காலத்தில் இறைச்சிப் பயன்பாடு

சங்க காலத்திலேயே தமிழர்கள் புலால் உண்டதற்கான சான்றுகள் இருக்கின்றன.

சங்க கால மக்களின் உணவு முறை மற்றும் சமையல் முறைகள் நற்றிணையில் உள்ளன. அவை அவர்களின் உணவு வகை, அங்கு இருந்த காலநிலை, வாழும் நிலத்தின் தன்மை, விளையும் பொருட்கள், பொருளாதார நிலை ஆகியவற்றைப் பொறுத்தே அமைந்திருக்கிறன.

சங்க கால மக்களின் உணவுப் பழக்கங்கள் உடல் நலத்திற்கு ஏற்றவையாக இருந்தன. மேலும் உணவைச் சுவையுறச் சமைப்பதிலும், உண்பதிலும், உழைப்பதிலும் அவர்கள் சிறந்து விளங்கியுள்ளனர்.

பெரும்பாலும் அக்காலத்தில் உணவினைச் சமைக்க நீரிட்டு அவித்தல், வறுத்தல், சுடுதல், வற்றலாக்குதல், எண்ணெயிலிட்டுப் பொரித்தல், ஊறவைத்தல் போன்ற முறைகளைப் பின்பற்றினர். நற்றிணைப் பாடல் ஒன்றில் தலைவி இரவில் வந்த விருந்தினருக்கு நெய் விட்டு, கொழுப்பை உடைய ஊனைச் சமைக்கின்றாள் என்று குறிப்பு உள்ளது.

"எல்லி வந்த நல் இசை விருந்திற்கு
கிளர் கிழை அரிவை நெய் துழந்து
அட்ட விளர் ஊன் அம் புகை எறிந்த
நெற்றி சிறுநுண் பல் வியர் பொறித்த
குறு நடைக் கூட்டம் வேண்டுவோரே"

-நற்றிணை 41(5,10)

குறுந்தொகையில் இறைச்சிப் பயன்பாடு பற்றிக் குறிப்புக்கள் கிடைக்கின்றன :

சங்க கால மக்கள் அசைவ உணவையே பெரிதும் விரும்பி உண்டனர். பண்டைத் தமிழகம் குறிஞ்சி, முல்லை, மருதம், நெய்தல், பாலை என ஐவகை நிலங்களாகப் பகுக்கப் பெற்றிருந்தது .

குறிஞ்சி நில மக்கள் சோறாக்கப்பட்ட மலையில் விளைந்த திணையையும், நெய்யில் பொறிக்கப்பட்ட இறைச்சியையும் உண்டனர்.

மருத மக்கள் வெண்சோற்றையும், நண்டும் பீர்க்கங்காயும் கலந்த கூட்டையும், பழைய சோற்றையும் உண்டனர்.

நெய்தல் நில மக்கள் இறால், மீன், வயல் ஆமை ஆகியவற்றைப் பக்குவம் செய்து உண்டனர்.

பாலை நில மக்கள் இனிய புளிக்கறி இடப்பட்ட சோற்றையும், கறியையும், இறைச்சியையும் உண்டனர். அரசன், புலவர், மக்கள் ஆகிய அனைவருமே மது உண்ணும் வழக்கம் உடையவர்களாக இருந்துள்ளனர்.

வேதியர்களின் வீட்டில் புலால் இல்லாத மரக்கறி உணவை உண்டதாகக் குறிப்பு உள்ளது.

இராசன்னம் என்பது ஒருவகை நெல்லில் செய்த சோறு. இத்துடன் மாதுளம் பிஞ்சைப் பிளந்து, மிளகுப் பொடியும், கறிவேப்பிலையும் கலந்து, பசு வெண்ணெயிலே வேக வைத்துப் பொரியலோடு உண்ட செய்தி பெரும்பாணாற்றுப்படையில் *(304-310)* குறிப்பிடப்பட்டுள்ளது.

ஒரு விஷயம் மக்களை விட்டு அகலாதிருக்க வேண்டும் என்றால் அது என்றென்றைக்கும் மக்களுக்குப் பயன் தரக்கூடியதாக இருக்க வேண்டும். இல்லையேல் அது காலப்போக்கில் தொலைந்து போய்விடும். சங்க காலம் தொட்டு இன்று வரை இறைச்சிப் பயன்பாடு நம் உணவு முறையில் இருக்கிறது. ஆகையால் இறைச்சி என்பது மனித இனத்தின் ஒரு அங்கமாக இருந்துள்ளது என்பதற்கு இது ஒரு வரலாற்றுச் சான்று.

கொழுப்பைப் பழிக்காதே

இறைச்சி பற்றிய வரலாற்றுச் சான்றைப் பார்த்தோம். இப்போது அறிவியல் சான்றுகளையும் பார்ப்போம். இறைச்சி சாப்பிட்டால் நம் உடம்பில் கொலஸ்ட்ரால் ஏறி மாரடைப்பு வரும் என்று ஒரு கூற்று இருக்கிறது. இதற்கு இந்திய அரசின் உயர் விருதான பத்ம பூஷண் விருது பெற்ற இதய நோய் நிபுணர், டாக்டர் ஹெக்டே தனது கட்டுரைகளில் பதில் கொடுத்திருக்கிறார். அவை பின்வருமாறு :

- நம் உடலுக்கு கொழுப்பு ஒரு அத்தியாவசிய தேவை.
- கொழுப்பிற்கும் மாரடைப்புக்கும் தொடர்பில்லை. ஏனென்றால், மாரடைப்பை உருவாக்குவது இதயத்தில் இருக்கும் மெல்லிய

குழாயை ஒன்றை அடைக்கும் சிறு உறை கட்டி தான் (*Clot*). இது எதனால் உருவாகிறது என்பதே இன்னும் உறுதிப்படுத்தாத நிலையில் கொழுப்பு உணவு சாப்பிடுவதினால் தான் மாரடைப்பு வருகிறது என்று சொல்வது உண்மைக்குப் புறம்பானது. மாரடைப்புக்கும் கொழுப்புக்கும் தொடர்பை உருவாக்கியதே மருத்துவ அரசியல் தான்.

- கொழுப்புக் குறைப்புக்காக அரை நூற்றாண்டு களாகப் பரிந்துரைக்கப்பட்டு வந்த எந்த மருந்துகளும் கொழுப்பைக் குறைத்ததில்லை.

- நம் உடலில் உள்ள கோடிக்கணக்கான உயிரணுக்களும் கொழுப்பினால் ஆன சுவர் கொண்டவைதான். நாம் மாரடைப்புக்குப் பயந்து கொழுப்பு உணவைக் குறைத்தால், செல்களின் சுவர்களில் சிக்கல் வரும்; புற்றுநோய் வரும் வாய்ப்பு அதிகம்.

- கொழுப்பைக் கட்டுப்படுத்தும் மருந்துகள் கல்லீரலின் என்சைம்களைத் தடுத்துவிடுகின்றன. நம் உடலின் ரசாயனத் தொழிற்சாலைதான் கல்லீரல். அதன் இயக்கத்தின் குறுக்கீடு உடலில் எப்படிப் பிரதிபலிக்கும் என்பதை எந்த மருத்துவராலும் அனுமானிக்க முடியாது.

- கொழுப்பைக் கட்டுப்படுத்தும் மருத்துவம் என்பதே, பெரு நிறுவனங்களின் லாபங்களுக்காக உருவாக்கப்பட்ட செயல் திட்டம் தான்.

எண்ணெய்

இறைச்சியில் இருக்கும் கொழுப்பு பற்றிப் பார்த்தோம். பிரியாணியின் எண்ணெய் பயன்பாட்டில் இருக்கும் கொழுப்பு பற்றிப் பார்க்கலாம்.

அக்கு ஹீலர் உமர் பாரூக் தனது வலைப் பூவில் எண்ணெய் பயன்பாடு, இறைச்சி இந்த இரண்டிலும் இருக்கும் கொழுப்பு மற்றும் அது சார்ந்த கேள்விகளுக்கு மிக அருமையான பதிலைக் கொடுத்திருந்தார். அதில் சில கீழே.

நாம் சமையல் செய்வதற்கு எந்த எண்ணெய் சிறந்தது?

நல்லெண்ணெய், கடலை எண்ணெய், கடுகு எண்ணெய், சோயா எண்ணெய், சூரியகாந்தி எண்ணெய், தேங்காய் எண்ணெய் போன்ற அனைத்தும் பயன்படுத்த உகந்தவையே. ஆனால், அது இயற்கையாகத் தயாரிக்கப்பட்டு இருக்க வேண்டும். எந்த ஒரு கலப்படமும் அதில் இருக்கக்கூடாது. எண்ணெய்யைப் பயன்படுத்தினால், நம் உடலில் கொலஸ்ட்ரால் அதிகமாகாது. உண்மையில் எண்ணெய்கள் நம் ரத்த நாளக் குறைபாடுகளைப் போக்கும் தன்மைகொண்டவை.

செக்கில் இருந்து நாம் பெறும் எண்ணெயைப் பயன்படுத்தினால் கொழுப்பு கூடும் என்கிற பயம் தேவையற்றது. நம்மை சுத்திகரிக்கப்பட்ட எண்ணெயை பயன்படுத்தச் சொன்ன அதே அமெரிக்கா, தனக்கென பல நாடுகளில் இருந்து இறக்குமதி செய்வது தேங்காய் எண்ணெயை தான். அதற்குக் காரணம், அந்த எண்ணெயில் இருந்து கிடைக்கும் ‘மோனாலாரின்’. இதன் மற்றொரு பெயர் லாரிக் அமிலம்.

இந்த லாரிக் அமிலம் அற்புதமான நோய் எதிர்ப்பு சக்தியைக் கொண்டது.ஆனால், இது எல்லா உணவுப் பொருட்களிலும் கிடைப்பதில்லை, தாய்ப்பாலிலும் தேங்காய்ப்பாலிலும் மட்டுமே கிடைக்கும். ஆயுள் முழுக்க நாம் நோய் எதிர்ப்பு சக்தியோடு இருக்க தாய்ப்பால் அவசியத் தேவை; அதேபோல தேங்காய் எண்ணெயும் முக்கியமானது.சமையல் தொடங்கி தங்களின் அத்தனைத் தேவைகளுக்கும் கேரள மக்கள் உபயோகிப்பது தேங்காய் எண்ணெயையே.

கொழுப்பு பற்றி நாம் ஒரு முடிவுக்கு வருவதற்கு இரண்டு விஷயங்களைப் பார்க்கலாம்.

மிகச் சமீபத்தில் பரவலாகிவரும்,`பேலியோ உணவு முறை ’அவற்றில் ஒன்று. இது முழுக்க முழுக்கக் கொழுப்பை அடிப்படையாகக் கொண்ட உணவு முறை. லட்சக்கணக்கான நபர்கள் பின்பற்றும் இந்த உணவு முறையில் கொழுப்பை மட்டுமே தினமும் சாப்பிட வேண்டும் என்பது தான் முக்கியமானது.

ஏன் இப்படி கொழுப்பைச் சாப்பிடச் சொல்கிறார்கள்?

நம்முடைய உயிரணுக்கள் தங்களுக்குத் தேவையான குளுக்கோஸை சாதாரணமாக நாம் சாப்பிடும் இனிப்புப் பொருட்களில் இருந்து பெறுகின்றன. அதாவது, மாவுப் பொருட்களில் இருக்கும் கார்போஹைட்ரேட்டுகளில் இருந்து குளுக்கோஸை உருவாக்கிக் கொள்கின்றன.

நம் உயிரணுக்களுக்கு இன்னொரு விதத்திலும் குளுக்கோஸை உருவாக்கத் தெரியும். எங்கிருந்து தெரியுமா? கொழுப்பில் இருந்து. நம் உடலில் உருவாகும் கொழுப்பில் இருந்து நம் உயிரணுக்கள் குளுக்கோஸை உருவாக்கும் தன்மையைக்

கொண்டிருக்கின்றன. கார்போஹைட்ரேட் இல்லாத நிலையில், கொழுப்பில் இருந்து உயிரணுக்கள் குளுக்கோஸைப் பிரிக்கத் தொடங்கும்.

எனவேதான், பேலியோ உணவு முறையைப் பின்பற்றும் நபர்கள் முழுமையாக மாவு, இனிப்புப் பொருட்களைத் தவிர்த்துவிட்டு, முற்றிலும் கொழுப்பை மட்டுமே உண்கிறார்கள். அவர்களுக்கு கொழுப்பால் உருவாகும் எவ்விதமான நோய்களும் வந்துவிடவில்லை. மாறாக, ஒல்லியான, வலுவான உடற்கட்டு உருவாகிறது. உடற்பருமனால் பாதிக்கப்பட்டுள்ளவர்கள் இப்படிக் கொழுப்பைச் சாப்பிட்டே தங்கள் உடலைக் குறைத்துக்கொள்கிறார்கள்.

நம்மிடம் இருந்த கொழுப்புப் பயம் உண்மையாக இருந்தால், இது எப்படி சாத்தியமாகும்?

கொழுப்பைப் பற்றி நாம் முடிவுக்கு வருவதற்கு முன்பு கருத்தில் கொள்ள வேண்டிய இரண்டாவது விஷயம்,கொழுப்பு நல்லது என்பதால் பேலியோ பயனாளர்கள் போல, எல்லோரும் கூடுதலாக கொழுப்பு உணவைச் சாப்பிடலாமா?

எப்போதுமே எல்லா உணவிலும் அளவு மிக முக்கியமானது. கொழுப்பைக் கண்டு அச்சப்படவும் அவசியமில்லை. அதே நேரம், அளவை மீறி அதிகப்படுத்தவும் தேவையில்லை.

கசாப்புக் கடையில் உரித்துத் தொங்கவிடப்பட்டுள்ள ஆட்டை கவனித்தீர்கள் என்றால் அதன் தசை இருக்கும் அளவுக்கு கொழுப்பும் படிந்திருக்கும்.

நம்முடைய உடலில் கொழுப்பு உருவாகாமல் இருப்பதற்கு நம்முடைய மருத்துவர்கள் என்னென்ன

ஆலோசனைகள் சொன்னார்கள் என்று நினைவில் இருக்கிறதா? அசைவம் சாப்பிடக் கூடாது, எண்ணெயைக் குறைவாகப் பயன்படுத்த வேண்டும், கொழுப்பு உள்ள உணவுகளை உட்கொள்ளக் கூடாது. இவைதானே?

மறுபடியும் ஆட்டைக் கவனியுங்கள். எண்ணெயை வாழ்நாளில் பார்த்திராத ஆடு, அசைவம் சாப்பிட்டிருக்காத சைவப் பிராணியான ஆடு, கொழுப்புள்ள உணவை அறிந்திராத ஆடு இவ்வளவு கொழுப்பை எங்கிருந்து பெற்றது?

இதுதான் நம் உடலின் ரகசியம். நம் உடலுக்கு என்னவிதமான பொருள் தேவையோ அதனை உடலே தயாரித்துக்கொள்கிறது. உணவுகளின் துணையோடு உடல் தேவையானதைத் தயாரித்தாலும், உணவை மட்டுமே நம்பித் தயாரிக்கவில்லை. நம் உணவில் என்ன இருக்கிறதோ, அதை மட்டுமே நம் உடலால் தயாரித்துக் கொள்ள முடியும் என்று தவறாக நினைத்துக் கொள்கிறோம். வெளிமத்தில் இருந்து கால்சியத்தை மாடுகள் உருவாக்கிக் கொள்கின்றன. நமக்குப் பாலைத் தருகின்றன.

ஆனால், மனிதர்கள் ஆகிய நாம் கால்சியம் தேவை என்று கால்சியம் உள்ள பொருட்களையே தேடிக் கொண்டிருக்கிறோம்.

உடலுக்கு என்ன வேண்டும் என்பதை உடல் பார்த்துக்கொள்ளும். கிடைக்கிற உணவை, விருப்பத்தோடு, அளவோடு உண்பது மட்டுமே நம்முடைய வேலை. மனிதர்களைப் பார்க்காத, விலங்கு வழி ஆய்வுகளின் வழியே வெளிவரும் ஆய்வு முடிவுகளை எப்போதும் நாம் பின்பற்றத் தேவையில்லை. அது, மிகப் பெரும் வியாபார வலையில் நம்மை சிக்க வைக்கக்கூடும்.

என்ன என்ன கலக்குறான் பாருங்க ?

பிரியாணியில் இருக்கும் உணவுப் பொருட்களாலும் கொழுப்புச் சாப்பிடுவதாலும் எந்த ஒரு பிரச்சனையும் நம் உடலில் ஏற்படாது என்று அறிந்தோம். அதை மீறியும் ஒருவருக்குப் பிரியாணி சாப்பிட்ட பின் உடலில் பாதிப்பு ஏற்படுகிறது என்றால் அதற்கு முக்கியமான காரணம் கலப்படம்.

கலப்படமான உணவு பிரியாணியாக இருக்க வேண்டிய அவசியமில்லை அது சாம்பார் சாதமாக இருந்தால் கூட நம் உடல் பாதிப்படைவது திண்ணம்.

தரமற்ற பொருட்கள்

சிறுவயதில் ஒரு முறை சேமியா பாக்கெட் வாங்குவதற்காக மளிகைக் கடைக்குச் சென்றேன். ஒருவரின் மூச்சுக்காற்றின் சூடு மற்றவர் மேல் படும் அளவு அந்தக் கடையில் கூட்டம் இருந்தது. எனக்குப் பின்னால் ஒரு நபர் பெரிய துணிப் பையை வைத்துக் கொண்டு காத்திருந்தார். அவர் கொடுத்த பட்டியலைப் பார்த்து கடைக்காரர் பொருட்களை எடுத்துக்கொண்டு இருந்தார்.

கடைக்காரர்அந்த நபருக்குப்பொருட்களையெல்லாம் பொட்டலம் செய்து ரசீதைப் போட்டுக் கொடுத்தார். அப்போது அவர் விலை குறைந்த மைதா இல்லையா என்று கேட்டார். கடைக்காரர் இல்லை என்று பதில் தந்தார்.

“நா என்ன வீட்டுக்கா வாங்குறேன் ஹோட்டலுக்கு தானே” என்று எனக்கு பின்னால் இருந்தவர் சொன்னார். அப்போது தான் எனக்கு உணவங்களில் தரம் இல்லாத பொருட்களைப் போட்டு சமைப்பார்கள் என்ற விஷயமே தெரிந்தது.

எந்த ஒரு உணவுப் பொருளாக இருந்தாலும் அது தரம் வாரியாகப் பிரிக்கப்படும். ஒரு ஆப்பிள் ஐம்பது ரூபாய்க்கும் கிடைக்கும், ஐந்நூறு ரூபாய்க்கும் கிடைக்கும்.

இப்படி நாம் வாங்கும் அனைத்துப் பொருட்களிலும் தரம் இருக்கிறது. நாம் அன்றாடம் பயன்படுத்தும் ஒரு சோப்பை எடுத்துக் கொள்ளுங்கள். இது தொழிற்சாலையில் தயாராகிறது. ஆகவே, அதற்கு ஒரே சூத்திரம் தான். ஒரே எடை தான். எங்கு வாங்கினாலும் ஒரே விலைக்குக் கிடைக்கும். ஆனால் உணவுப் பொருட்களைப் பொறுத்தவரை அப்படிச் செய்ய இயலாது.

ஒரு பொருள் விளையும் இடம், தரம், சுவையைப் பொறுத்து விலையில் ஏற்ற இறக்கம் இருக்கும். தக்காளிப் பழம் விளைகிறது என்றால் அதில் அழுகியதை ஒரு விலைக்கும், பளபளப்பாகப் பெரியதாக இருப்பதை ஒரு விலைக்கும், சிறியதாக இருப்பதை ஒரு விலைக்கும் தரம் பிரித்து விற்பார்கள்.

இது போன்ற வியாபாரிகளிடம் சென்று நம் வீட்டுக்கு வாங்குகிறோம் என்றால் விலை அதிகமாக இருந்தால் என்ன ஆரோக்கியம் தான் முக்கியம் என்று வாங்கி விடுவோம்.

சாப்பாட்டு விடுதிகளில் நிலைமை இப்படி இருக்குமா?

அது வியாபாரம் செய்யும் இடம். அங்கு விலை மலிவான பொருட்களை வாங்கி சமைத்தால் தான் லாபத்தை அதிகரிக்க முடியும் அவர்களால்.

இந்த புரிதல் நமக்கு வரவேண்டும்.சாப்பாட்டு விடுதிகளில் தரமில்லாத உணவுப் பொருட்களைக்

கொண்டு சமைப்பது மட்டுமில்லை. பொரித்த எண்ணெயினை நிறைய நாள் சேமித்துப் பரோட்டா சுடவும், பிரியாணி செய்யவும் பயன்படுத்துகிறார்கள்.

அற்புதமான மருத்துவ குணங்கள் இருக்கும் நெய்யினைப் பயன்படுத்தாமல் டால்டா பயன்படுத்துகிறார்கள். பிரியாணியில் வழுவழுப்புத் தன்மை வருவதற்காக கசகசாவிற்கு பதிலாக அஜினமோட்டோ பயன்படுத்துகிறார்கள்.

இயற்கையாகப் பிரியாணியில் நிறம் வர நாம் சரியான முறையில் சமைத்தாலே போதும். காஷ்மீரி மிளகாய்ப் பொடி, குங்குமப்பூ போன்ற வஸ்துக்கள் நல்ல நிறத்தைக் கொடுக்கும். ஆனால், இதில் இருக்கும் பிரச்னை என்னவென்றால் இவற்றின் விலை மிகவும் அதிகம்.

எனவே, செயற்கை நிறத்தை பிரியாணிக்குக் கலர் பொடிகள் மூலம் கொடுக்கிறார்கள். மட்டரகமான அரிசியைப் பயன்படுத்துவது, இறைச்சியை நீண்ட நாட்கள் உறைநிலையில் சேமித்து வைப்பது என்று சந்து கிடைக்கும் இடங்களில் எல்லாம் சங்கராபரணம் பாடி விடுகிறார்கள்.

இதனால், அந்தப் பிரியாணியை சாப்பிடுவோருக்கு ஒவ்வாமை ஏற்படுகிறது. சாப்பிட்ட பின் உணவு விஷமாவதால் அஜீரணம் ஏற்படுகிறது. சில நேரம் எல்லை மீறி உயிரிழப்புக் கூட நிகழ்கிறது.

உணவக உரிமையாளர்கள் நல்ல பொருட்களைக் கொண்டு சமைப்பதில் பொறுப்போடு இருக்க வேண்டும் என்று நாம் நினைக்கிறோம். அதை வாங்கும் வாடிக்கையாளரான நமக்கும் நிறைய பொறுப்புகள் உண்டு.

ஐம்பது ரூபாய்க்குப் பிரியாணி கொடுக்கிறார்களாம் யூடியூபில் பார்த்தேன் என்று கிளப்பி விடக்கூடாது. உண்மையில் ஐம்பது ரூபாய்க்குப் பிரியாணி சமைக்க முடியுமா என்று யோசிக்க வேண்டும்.

எந்த உணவுப் பண்டமாக இருந்தாலும் ஒரு அடக்க விலை இருக்கும்.அது இல்லாமல் ஒரு பொருளை உருவாக்குவது மிகவும் கடினம். அந்த அடக்க விலைக்கும் குறைவாக கொடுக்கிறார்கள் என்றால் தரமற்ற பொருட்களைக் கொண்டு தானே சமைக்க முடியும் என்கிற தெளிவு நமக்கு வேண்டும்.

குறைந்த பட்சம் மக்களிடம் நன்கு ஆதரவு பெற்ற கடைகளுக்குச் சென்று சாப்பிடலாம். நன்றாக இருக்கிறது, உடலைப் பாதிக்கவில்லை என்றால் சாப்பிடலாம். அதுவும் ஏதோ ஒரு நாள் என்றால் தவறு இல்லை.

இதை மீறியும் வெளியில் வாங்கும் உணவு உங்களுக்கு ஒவ்வாமையைத் தரலாம். நம் மீதும் நம் உடல் மீதும் நம்மைத் தவிர இங்கு வேறு யாருக்கு அக்கறை இருக்க முடியும்? வீட்டில் செய்தே சாப்பிடலாம். கடினமான காரியம் அல்ல. சமைப்பது குதூகலமாகச் செய்ய வேண்டிய ஒன்று.

அளவிற்கு மீறினால் பிரியாணியும் நஞ்சு

நம் தமிழர் பாரம்பரியத்தில் கூழ், கஞ்சி போன்ற உணவுகளை நாம் அதிகம் சாப்பிடுகிறோம். அதில் நிறைய ஊட்டச்சத்துக்கள் இருப்பது உண்மைதான். ஆனால், அதையே அளவுக்கு அதிகமாக சாப்பிட்டால் என்னவாகும்?

அதிகமாகச் சாப்பிடும் பழக்கத்தை மருத்துவச் சொற்களில் `குறைபாடு' என்றே குறிப்பிடுகின்றனர்.

உணவைச் சரியான அளவில் எடுத்துக் கொள்ள வேண்டியதும் ஆரோக்கியமான உணவுப் பழக்கம் தான்.

கணினி, கைபேசி, தொலைக்காட்சி ஆகியவற்றைப் பார்த்துக்கொண்டே சாப்பிடுவதுதான் இன்று இயல்பான ஒன்றை மாற்றிவிட்டது. அந்தக் கவனச்சிதறல் தான் அதீதமாகச் சாப்பிடுவதற்கான பொதுவான காரணமாக இருக்கிறது.

பிரியாணி பிடித்தாலும் அதை அளவோடு சாப்பிட்டால் நன்றாக ரசிக்கலாம். ஒரு காபி குடிக்கிறீர்கள், அதை முழுமையாக ரசித்துக் குடித்தால் அதை மறுமுறை வாழ்நாளில் சாப்பிடவே தோன்றாது என்று ஜப்பான் நாட்டில் சொல்வார்கள். நமக்கு அந்த அளவுக்கு உணவில் விழிப்புணர்வு இருக்க வேண்டும்.

பிரியாணி அதிக சத்துள்ள உணவு. அதை எந்த அளவு சாப்பிட வேண்டும் என்பது நபருக்கு நபர் மாறும். கடுமையான உடல் உழைப்பைக் கோரும் தொழில் செய்பவர் அதிக அளவு சாப்பிடலாம். அதே சமயம் நாளெல்லாம் கணினி முன்னமர்ந்து வேலை செய்பவருக்குக் குறைந்த அளவு போதும். பிரியாணியை விடுங்கள் எலுமிச்சைச் சாதமாக இருந்தாலும் அளவு முக்கியம்.

அரிசியைக் கைவிடேல்

அரிசிச் சோறா! அய்யோ.. ஆபத்து தொடவே கூடாது. சுகர் வரும் என்று மருத்துவர்கள் பயமுறுத்த ஆரம்பித்துவிட்டார்கள். நீரிழிவு நோயின் தலைநகரமாக இந்தியா ஆனதற்குக் காரணமே இந்த வீணாப்போன சோறு தான் என்று பழிக்கிறார்கள்.

அரிசி, நேற்று மாரியில் முளைத்த இன்றைய காளான் இல்லை. சுமார் 1200 ஆண்டுகளாக நம் அடுப்பங்கரையை ஆட்சி செய்த உலகின் மிகப் பழமையான ஒரு உணவுப் பொருள். உலகில் இருக்கும் மூன்றில் இரண்டு பங்கு மக்களுக்கு ஊட்டச்சத்தையும் சக்தியையும் கொடுக்கிறது.

மணமகனுக்கு மாப்பிளை சம்பா. அட்சதைக்கு முனைமுறியாத அரிசி. பால் கொடுக்கும் தாய்க்கு குழியடிச்சான். குழந்தைக்கு அரிசி கஞ்சி. விருந்தினருக்கு ஒரு அரிசி, பண்டிகைக்கு ஒரு அரிசி,

பலகாரங்களுக்கு ஒரு அரிசி. ஏன் நமக்குப் பிரியமான பிரியாணிக்குக் கூட அரிசி தான் பயன்படுத்துகிறோம்.

இப்படி பிறப்பு முதல் இறுதிவரை நம்முடன் தொடர்ந்து பயணிக்கும் ஒரு உணவுப் பொருளைச் சாப்பிட்டால் உடல் பருமன் ஏற்பட்டு நோய் வரும் என்கிறார்கள்.

அப்படிப் பார்த்தால் நமது முன்னோர்கள் சங்க காலத்தில் இருந்தே ஊன் சோற்றை உண்டு வந்திருக்கின்றார்கள் என்று முன்பு பார்த்தோம். அவ்வளவு ஏன்? குறைந்த பட்சம் சுமார் இரண்டு மூன்று தசாப்தங்கள் முன்பு வரை கூட மூன்று வேளையும் அரிசி உணவையே சாப்பிட்டு வந்தவர்கள்.அவர்கள் தொப்பையோடும் நோய் நொடியோடும் தானே இருந்திருக்க வேண்டும். எப்படி ஆரோக்கியமாக நீண்ட வருடங்கள் வாழ்ந்தார்கள்?

அரிசிச் சோறு சாப்பிடாமல் தமிழ்நாட்டு மக்களால் இருக்க முடியுமா? குறைந்த பட்சம் பத்து நாட்களாவது.. உண்மையில் அரிசியைத் துறந்தால் தான் விடிவு காலம் வருமா? இது சம்பந்தமாக மரபு வழி மருத்துவ நூல்களை ஆராய்ந்ததில் சில தகவல்கள் சிக்கின. அது உங்கள் பார்வைக்கு.

அரிசிக்கு பதில் சிறுதானியங்களைச் சாப்பிடலாமா?

இன்றைய அறிவியல் கலோரி கணக்குப் படி பார்த்தோமானால் அரிசியில் கார்போஹைட்ரேட் - 70%. புரதம் - 6-7%, நார் சத்து - 1-2%, நீர் மற்றும் சில நுண்ணிய அளவிலான கால்சியம், மக்னீசியம் முதலான கனிமங்கள் -12-13% இருக்கின்றன. இப்போது சுலபமாகக் கிடைக்கும் வெள்ளை நெல் அரிசி மட்டும் அரிசியில்லை. தினை, ராகி, கம்பு, வரகு, சாமை, குதிரைவாலி, கோதுமை, சோளம் போன்ற சிறு தானியங்கள் அனைத்தும் அரிசி தான்.

இந்தச்சிறுதானிய வகைகளிலும் மேலே குறிப்பிட்டது போன்ற சத்துக்களே நிரம்பியிருக்கின்றன. புரத அளவில் கொஞ்சம் அதிகமாகவும் கார்போஹைட்ரேட் அளவில் லேசான மந்தமும் கோதுமைக்கும் சோளத்திற்கும் உண்டு. இந்த ஒரு விஷயத்தை வைத்து வட நாட்டு கோதுமைக்கும் வெளி நாட்டு சோளத்திற்கும் நம் மக்கள் சிவப்புக் கம்பளம் விரிப்பது நியாயமில்லை.

சோற்றை நமது முன்னோர்கள் சாப்பிட்டதற்கான காரணங்கள் பல இருந்தன. பருப்போ, குழம்போ, காயோ, கீரையோ, அதைச் சோற்றோடு சேர்த்துப் பிசைந்து சுவைக்கும் போது பருப்பின் புரதமும், காய் கறிகளின் கனிமமும் குழம்பு தரும் சீரணமும் இன்னும் அதன் சத்துக்கள் அனைத்தும் சோற்றால் உறிஞ்சப்பட்டு உடலால் உள்வாங்கப்படும். இதற்காவே, நம் முன்னோர்கள் அரிசியைக் கைவிடாமல் தங்களோடேயே வைத்திருந்தார்கள்.

எத்தனையோ நாட்டு மக்கள் அரிசி சாப்பிடாமல் நன்றாகத்தானே இருக்கிறார்கள் ?

அரிசிச் சோறு நம் மரபணுக்களுக்கு பல ஆயிரம் ஆண்டுகளாகப் பரிச்சயமான ஓர் உணவு. அதை தவிர்த்து புதிய உணவுப் பழக்கத்திற்கு மாறுவது உடலைக் கலவரப்படுத்தும். உடல் எப்போதும் எல்லை தாண்டிய ஊடுருவலை அனுமதிக்காது. அதுமட்டுமல்லாமல் நாம் வாழும் இடத்தின் தட்பவெப்பம், பழக்கமான மரபு என்பவற்றைப் பொறுத்துத் தான் நாம் சாப்பிட வேண்டும். கிரீன்லாந்தில் வசிக்கிற ‘எக்சிமோ’க்களுக்கு இட்லி சரிவராது. வட நாட்டுக்காரர்களுக்கு கோதுமை எவ்வளவு நல்லதோ, அதே போல, நமக்கு அரிசியும் சிறுதானியமும்.

மருத்துவர்கள் ஏன் வெள்ளை அரிசியை விஷம் என்கிறார்கள்?

இந்தியாவில் பஞ்சம் தலைதூக்கிய போது நிறைய மகசூலை அதிகரிக்க வேண்டிய தேவை இருந்ததால் நிறைய அரிசி வகைகள் உருவாக்கப்பட்டன. பாரம்பரியமானவை தொலைந்து போயின. பாலிஷ் ரகங்கள் வரத் தொடங்கின. இதனால் பிரச்சினையும் வந்தது. வணிகர்கள் அரிசி வணிகத்தை வசப்படுத்த, அதனைப் பட்டை தீட்டி வெண்ணிற முத்தாக்க முயன்றனர். இதனால், அதன் சத்துக்களில் பல வீணாகி, வெறும் சர்க்கரைச்சத்தை மட்டும் அதிகம் தரும் உணவாக மாறியது தான் அரிசிக்கு நேர்ந்திருக்கும் தற்கால அவலம்.

பளபள பாலிஷ் அரிசியைத் தவிர்த்து, ஊட்டச்சத்து செறிந்த பழுப்பு அரிசியையும், கைக்குத்தல் அரிசியையும் பயன்படுத்தினால் இதற்கு ஒரு தீர்வு காணலாம்.

பாரம்பரிய அரிசியைக் கூட சரியாகச் சமைக்கிறோமா என்று கேட்டால் பதில் அதற்கு இல்லை என்று தான் வரும் .

அரிசியை அலுப்பு பார்க்காமல் வடித்துச் சாப்பிட்டால் அரிசி அமுதமாகத் திகழும். அந்தக் காலத்தில் அரிசியை வடித்து சோறு சமைப்பது என்பதே தனி வேலை. அரிசி அளவுக்கு மூன்று பங்கு தண்ணீர் விட்டு, அடுப்பில் வைத்து விடவேண்டும். தண்ணீர் கொதித்து வரும் பொழுது, களைந்து வைத்த அரிசியை அதில் போட வேண்டும். முக்கால் பங்கு வெந்தவுடன் கரண்டியால் நன்கு கிளறிவிட்டு, கஞ்சியை வடித்தெடுக்க வேண்டும். அதன் பிறகு அடுப்புத் தணலில் கொஞ்ச நேரம் வைத்து

பானையில் இருந்து மேலும் நீர் வற்றியதும் எடுத்துச் சாப்பிடுவதே சோறு.

இந்தச் சோறு தேக ஆரோக்கியத்திற்கு நல்லது. வாதம், பித்தம், கபம் எனும் உடலின் மூன்று வகை பிரச்சினைகளைக் கொண்டிருப்பவர்களுக்கு அருமருந்தாக அமையும்.

அரிசி சாப்பிட்டால் உடல் எடை அதிகரிக்குமா ?

நிச்சயம் எடையைக் கூட்டாது. புழுங்கல் அரிசியில் 'லோ கிளைசிமிக்' இருக்கிறது. அரிசியை அடியோடு ஒதுக்கித் தள்ளுவது ஆபத்தானது. பெண்களுக்கு வெள்ளைப்படுதல், மாதவிடாய் தொந்தரவு அதிகரிக்கும். மூலநோய் கூட வர வாய்ப்பு உண்டு. சரியான பாரம்பரிய ரகப் புழுங்கல் அரிசி, இல்லையென்றால் சிறுதானிய அரிசி வகையில் சோறு சமைத்து அவ்வப்போது கீரை, காய்கறிகளோடு சாப்பிட்டு வந்தால், இப்போது அதிகரித்து இருக்கிற கர்ப்பப்பை நீர்க்கட்டிப் (பாலிசிஸ்டிக் ஓவரி) பிரச்னையைத் தவிர்க்கலாம் .

உண்மையில் அரிசி கெட்டதல்ல.அதன் பயன்பாடு தான் தவறாக இருக்கிறது. அரிசிச் சோற்றை அதன் அளவுக்கு மீறியும் , அதற்கேற்ற உடலுழைப்பும் இல்லாமலும் முழுத் தட்டு சாப்பிடுகிறோம்.

"நடையா? அதுக்கெல்லாம் நேரமே இல்லை" என்கிறோம். நம்மைப் போன்றோருக்கு பாற்கடலி லிருந்து கடைந்து அமுதத்தைத் தந்தாலும் வியாதி நிச்சயம். கதவில் காலை இடித்துக் கொள்கிறோம். கதுவு இடித்தது என்று கதவு மேல் பழியைப் போடுகிறோம். யோசித்துப் பாருங்கள். கதவை இடித்தது.. நாம் தானே. அது போலப் பாவத்தை நாம்

செய்துவிட்டு பழியை அரிசி மேல் போடுவது சரியா? வேலைக்கும் போகாமல் வேர்க்காமல் உட்கார்ந்து சோறு சாப்பிட்டு கொண்டே இருந்து விட்டு பூஜா ஹெக்டே போல உடலுக்கு ஆசைப்படலாமா?

பேதைமை அகற்று

எந்த உணவுக்கும் இருப்பது போல பிரியாணி சமைப்பதற்கும் சில பக்குவம் உண்டு. அந்தப் பக்குவத்தில் சமைத்தால் குறைந்த பட்சம் நல்ல பிரியாணியைத் தயார் செய்து விடலாம்.

இந்த புத்தகத்தை எழுதிய எனக்கு பிரியாணி செய்யத் தெரியும். நான் தான் எங்கள் வீட்டில் ஞாயிற்றுக்கிழமைகளில் பிரியாணி செய்வேன். என் மனைவி நான் செய்த பிரியாணி பிடிக்கும் என்பாள். என் மனைவி என்னை பாராட்டுவது எல்லாம் ஆளும் கட்சியை எதிர்க்கட்சி பாரட்டுவதற்குச் சமம். அதனால், என் பிரியாணி ருசியாகத்தான் இருக்கிறது என்று நான் திடமாக நம்புகிறேன். என் அனுபவத்தில் இருந்து பிழையில்லாமல் சுவையான பிரியாணியைத் தயார் செய்வதற்குச் சில குறிப்புகளைக் கொடுக்கிறேன்.

ருசி என்பது நபருக்கு நபர் வேறுபடக் கூடிய ஒன்று. அது பிரியாணிக்கும் பொருந்தும். சிலருக்குக் காரம்

பிடிக்கும் சிலருக்குப் பிடிக்காது. சிலர் பாஸ்மதி அரிசி தான் பிரியாணிக்குச் சிறந்தது என்பார்கள். மற்றும் சிலர் சீரகச்சம்பா தான் என்பார்கள். சிலர் பிரியாணியில் இறைச்சி அதிகமாக இருக்கவேண்டும் என்கின்ற கட்சி. சிலருக்குத் தயிர் பச்சடி இல்லாமல் பிரியாணி இறங்காது. சிலர் பிரியாணியோடு அவித்த முட்டை, சிக்கன் 65, மட்டன் சுக்கா என்பவற்றில் ஒன்றையோ பலதையோ சேர்த்துச் சாப்பிட்டால் தான் சாப்பிட்ட மாதிரி இருக்கும் என்று சொல்கிறார்கள்.

ஆகவே, நான் சொல்லும் குறிப்புகளை உங்கள் சமையலில் பயன்படுத்தி உங்களுக்கு ஏற்றவாறு திருத்தும் செய்து கொள்ளுங்கள். நன்றாக இருந்தது என்றால் எனக்கு எழுதுங்கள்.

- சமையல் ஒரு கலை. அந்தக் கலையை நிகழ்த்தும் போது முழுக் கவனம் தேவை. நாம் சமையலில் தவறு செய்வதற்கு முக்கிய காரணமே இந்த கவனக் குறைவு தான். ரெண்டு விசில் வைக்கும் இடத்தில் மூன்று விசில் வைத்து விடுவோம். அரிசி தீய்ந்து விடும் அல்லது குலைந்து விடும். உப்பு போட்டோமா இல்லையா என்பதை மறந்து உப்பை அள்ளிப் போடுவது போன்ற விஷயங்களைத் தவிர்க்க வேண்டும் என்றால் சமையலில் கவனக் குவிப்பு அவசியம்.

- பிரியாணி செய்யும் போது முதலில் மசாலா தயார் செய்வோம். அந்த மசாலாவில் தான் இறைச்சியையும், அரிசியையும் கலந்து வேக வைப்போம். அந்த மசாலாவில் நிறைய வெங்காயம் சேர்க்க வேண்டும். வெங்காயம் அதிகமாகச் சேர்த்தால் சுவை நன்றாக இருக்கும். வெங்காயம், தக்காளி, மற்ற மசாலா பொருட்கள்

எல்லாம் ஒரு கூழ் போல வரும் வரை நன்றாக வதக்க வேண்டும். இப்படி கூழாக்குவதால் மசாலா இறைச்சி மற்றும் அரிசியில் நன்றாக இறங்கும். அரைகுறையாக வதக்கினால் சாப்பிடும் போது வெங்காயமும் தக்காளியும் வாயில் ஒட்டும்.

- புதினா கொத்தமல்லி சேர்த்தால் ஒரு வாசம். சேர்க்கவில்லை என்றால் வேறு விதமான சுவை.
- எல்லாப் பொருட்களையும் சேகரித்த பின்னர் பிரியாணி செய்ய ஆரம்பிக்கவும்.
- பிரியாணியில் வெங்காயத்தை அரைத்துச் சேர்ப்பதா அல்லது நறுக்கிச் சேர்ப்பதா என்பதைப் பொறுத்து பிரியாணியின் சுவையும், மணமும் வித்தியாசப்படுகின்றன. சின்ன வெங்காயத்தை அரைத்துச் சேர்த்தால் அது வேறு விதமான சுவையையும் மணத்தையும் தரும்.
- சீரகச் சம்பா அரிசியாக இருந்தாலும் சரி, பாஸ்மதி அரிசியாக இருந்தாலும் சரி கையால் பிசைந்து கழுவக்கூடாது. அரிசி உடைந்து விடும். விரலால் மட்டுமே மெதுவாகக் கழுவ வேண்டும். அதே போல் அரிசியை அதிக நேரம் கழுவக் கூடாது. இரண்டு முறை கழுவினால் போதும். எந்த அரிசியாக இருந்தாலும் சமைக்கும் முன்னர் பதினைந்து நிமிடத்தில் இருந்து இருபது நிமிடம் வரை ஊற வைக்கவேண்டும். மெல்லிய அரிசியாக இருந்தால் பத்து நிமிடங்கள் ஊறினால் போதும். பாஸ்மதி அரிசி தண்ணீரில் வேக ஆறு நிமிடங்கள் தேவைப்படும். சீரகச் சம்பா வேக பதினைந்து நிமிடங்கள் ஆகலாம்.

- கோழிப் பிரியாணி செய்கிறீர்கள் என்றால் சேர்க்க வேண்டிய நீரின் எடை கோழியின் எடையை விட பாதியாக இருந்தால் போதுமானது. வேக வேக கோழியில் இருக்கின்ற நீர் வெளியே வருவதால் தான் இப்படி செய்கிறோம்.

- சமைக்கும் முன் இறைச்சியில் இருக்கும் கொழுப்பைக் கவனிக்க வேண்டும். அது கோழியாக இருந்தாலும் சரி ஆட்டிறைச்சியாக இருந்தாலும் சரி. எவ்வளவு கொழுப்பு இருக்கிறதோ அதற்குத் தகுந்தாற் போல் நெய் விடவேண்டும். அதிகமான எண்ணெய் கூட திகட்ட வைத்துவிடும்.

- மட்டன் சேர்ப்பதாக இருந்தால் ஆட்டிறைச்சி வேக வைத்த தண்ணீரைத் தனியாக எடுத்து வைத்துக் கொள்ளுங்கள் . மட்டனை மசாலாவோடு சேர்த்துப் பிரட்டிய பின், மட்டன் வேக வைத்த நீரையும் பிரியாணிக்கு தேவையான நீரையும் அதனுடன் சேர்த்துக் கொதிக்க விடுங்கள். மட்டன் வெந்த நீர் சுவையை அதிகப்படுத்தும். ஆனால், அதில் இறைச்சியின் மணம் அதிகம் இருந்தால் சேர்க்க வேண்டாம். நடுத்தரமாக , ஏற்றுக் கொள்ளும்படியாக இருந்தால் கொஞ்சம் கரம் மசாலா சேர்த்துக் கொண்டு சமைக்கலாம்.

- நல்ல இறைச்சி தான் நல்ல பிரியாணியைத் தரும். நல்ல இறைச்சியைப் பார்த்து வாங்குங்கள். எந்த இறைச்சியாக இருந்தாலும் சரி அது எலும்போடு இருக்க வேண்டும். எலும்பில்லாதது சுவை சேர்க்காது. ஒரு கிலோவிற்கு அறுநூறு கிராம் எலும்பு இருக்கும் இறைச்சியும், நானூறு கிராம் எலும்பு இல்லாத இறைச்சியும் வாங்கிக்கொள்ளுங்கள்.

- எந்த இறைச்சியாக இருந்தாலும் பிரியாணி செய்யும் முன் தயிர், உப்பு, புதினா எல்லாம் சேர்த்து ஊற வைக்க வேண்டும். குறைந்த பட்சம் அரை மணி நேரத்தில் இருந்து எட்டு மணி நேரம் வரை ஊறவைக்கலாம். அதற்கு மேல் கூடாது.

- பிரியாணி செய்யும் பாத்திரம் அகலமாகவும் அடி கனமானதாகவும் இருக்க வேண்டும். பாத்திரம் எல்லா பக்கமும் சூடு ஆன பின்பு சமைக்க ஆரம்பியுங்கள்.

- பிரியாணி என்ற உணவை மெதுவாக வேக வைத்துச் சாப்பிட்டால் கூடுதல் ருசியாக இருக்கும். வாய்ப்புக் கிடைத்தால் விறகு அல்லது கரி அடுப்பில் சமைத்துப் பாருங்கள். நமது எரிவாயு அடுப்பு வேகமாக சூடாகி, சட்டென்று அணைத்து விடக்கூடியது. தம் போட உகந்ததல்ல.

- பழைய அரிசியாக இருந்தால் ஒரு கப் அரிசிக்கு ஒரு கப் தண்ணீர் சேர்த்தாலே போதும். புதிய அரிசியாக இருந்தால் ஒன்றரைக் கப் தண்ணீர் சேர்த்தால் தான் சரியாக இருக்கும்.

- இஞ்சி, பூண்டு ஜீரணத்துக்கு மட்டுமில்லை. அசைவத்தில் வாசம் நன்றாக இருக்கவும் உதவுகிறது. கடையில் வாங்கிய இஞ்சி பூண்டு விழுது இந்த வாசத்தைத் தராது. எந்த அளவு இஞ்சியை எடுக்கின்றீர்களோ, அதே அளவு பூண்டை எடுத்து தட்டிப் போடுங்கள். நல்ல வாசம் தரும். மைய்ய அரைக்கவேண்டும் என்ற அவசியமே இல்லை.

- எதையும் அவ்வப்போது உடனடியாகத் தயாரித்துப் பொடித்து போடுவது பிரியாணிக்கு

நல்ல வாசத்தைத் தரும். கரம் மசாலா பொருட்களை அவ்வப்போது லேசான தீயில் வறுத்து எடுத்து பொடி செய்து பயன்படுத்துங்கள். ஏற்கனவே அரைத்துச் சேமித்ததை பயன்படுத்தக் கூடாது. கடையில் வாங்கிய மசாலாப்பொடி, பேஸ்ட் பயன்படுத்த வேண்டாம்.

- மசாலாவைப் பச்சை வாசம் போகும் அளவு வதக்க வேண்டும். இல்லையென்றால் பிரியாணியின் ருசி குறையும்.

- பிரியாணி செய்யும் போது அடுப்பை அதிகமாக வைத்துக் கொண்டு வதக்கினால் வாசம் தூக்கிக் கொடுக்கும். பிரியாணி நல்ல நிறமாக இருப்பதற்குக் காஷ்மீரி மிளகாய்த்தூள் உபயோகிப்பது மிகவும் நல்லது. இதில் காரம் குறைவாக இருந்தாலும் நிறம் தூக்கலாக இருக்கும்.

- தயிர் ஊற்றும் போதுகெட்டியாக ஊற்றுவது மிகவும் நல்லது. தண்ணீராக இருக்கும் தயிரை வடிகட்டிப் பின் சேர்த்துக் கொள்வது தான் மிகுந்த ருசியைக் கொடுக்கும்.

- அரிசி போடுவதற்கு முன் நீர் நல்ல கொதியில் இருக்க வேண்டும். அரிசி பதமாக வேக இது மிக அவசியம்.

- தண்ணீரில் அரிசி சேர்ப்பதற்கு முன், நெய்யில் அரிசியை வறுத்தெடுத்துச் சேர்த்தால், பிரியாணி உதிரியாக இருக்கும்.

- அசைவப் பிரியாணிக்கு 1:1.5 பங்கில் அரிசியும் தண்ணீரும் சேர்க்கலாம். சைவப் பிரியாணிக்கு 1:2 பங்கு சரியாக இருக்கும்.

- கொதிக்கிற நீரில் அரிசியைப் போட்டு ஒரே ஒரு முறை கலந்து விடவேண்டும். பிரியாணி நன்றாகக் கலந்ததும், மறுபடி கொதிக்க விடுங்கள். பிரியாணி கொதிக்கத் துவங்கியதும். வேகமாகக் கிளறினால் அரிசி உடைந்துவிடும். கவனமாகச் செய்ய வேண்டும். பின்பு தீயை மிதமாக வைத்து மூடிவிடுங்கள்.

- ருசியாக இருப்பதற்குத் தேங்காய்ப் பால் அல்லது பசும் பால் சிறிதளவு சேர்த்துக் கொண்டால் அருமையாக இருக்கும்.

- நெய் பயன்படுத்துவதை விட வெண்ணெய் பயன்படுத்தினால் கூடுதல் ருசி கிடைக்கும்.

- பிரியாணியைக் கிளற எப்போதும் முனை நேராக இருக்கும் கரண்டியைப் பயன்படுத்துங்கள் சாதம் எடுக்கப் பயன்படும் கரண்டி போல இருத்தல் சிறப்பு. குழி கரண்டி வைத்து கிளறினால் பிரியாணி குலைந்து விடும். பாத்திரத்தின் ஓரத்தில் இருந்து பக்குவமாகக் கிளறிவிட வேண்டும். நடுவில் கிளறக் கூடாது.

- பிரியாணி செய்யும் பலரும் செய்யும் தவறு,. அரிசி வேகும் போது அடிக்கடி கரண்டியைப் போட்டு கிளறிக் கொண்டிருப்பது. கொதி நீரில் அரிசி சேர்த்து ஒரே ஒரு முறை கலந்து விடுவது போதுமானது. அதன் பின் முழுவதும் வேகும் வரை கரண்டி இடவேண்டாம். அரிசியை அடிக்கடி கலந்தால் கஞ்சி வெளியாகும், பிரியாணி குலைந்து போகும்.

- சாதம் மேலே தெரிந்தால் முக்கால் பதம் வெந்தது என்று அர்த்தமாகும். இப்படி முக்கால் பதம் வெந்ததும் தம்மில் போடவும்.

- தம் போடும் முறை நிறைய உள்ளது. சிலர் அவனில் போடுகிறார்கள். அடுப்பிலேயே தோசைக் கல் வைத்தும் செய்கிறார்கள். சிலர் *Dutch oven* ல் செய்கிறார்கள். எதுவும் இல்லாமல் சிறு தீயில் நேராகவே கூட சிலர் வைக்கிறார்கள். எதை செய்வதானாலும் பிரியாணி பண்ணும் பாத்திரம் அடி கனமான பாத்திரமாக இருந்தால் நல்லது. இது போன்ற பாத்திரத்தில் மட்டுமே தம் நன்றாக வரும். மேலே ஆவி வெளி வராமல் மூட வசதியாக மூடி இருக்க வேண்டும். அலுமினியம் ஃபாயில் போட்டு பாத்திரத்தை மூடி விடலாம், அல்லது மாவு பிசைந்து தட்டையும் பாத்திரத்தின் ஓரத்தையும் சேர்த்து மூடலாம், அல்லது தட்டு மேல் கல் வைக்கலாம். இதெல்லாம் ஆவி வெளியே போகாமல் தம்மில் போடும் முறை.

- வதக்கும் நேரத்தை தவிர எல்லா நேரமும் பிரியாணியை மூடி போட்டு வைக்க வேண்டுமம. திறந்து வைத்தால் வாசனை காற்றில் கரைந்துவிடும்.

- கொத்தமல்லி, புதினா எல்லாம் அதிகமாக அரைக்காமல் பொடியாக நறுக்கி போடுவது நல்ல வாசத்தை கொடுக்கும். சிலருக்கு இதன் வாசம் இறைச்சியிலும் இருந்தால் பிடிக்கும். அப்படி நினைப்பவர்கள் இறைச்சி சேர்க்கும் முன்னே கூட புதினா, கொத்தமல்லி சேர்த்து வதக்கலாம்.

- வெங்காயம் வதக்கும் போதும், தக்காளி வதக்கும் போதும் அந்தப் பொருளுக்கு ஏற்ப உப்பு சேர்த்து வதக்கவும். இது சீக்கிரம் வேக மட்டுமல்ல. பிரியாணியின் சுவையைக் கூட்டவும் உதவும்.

- எலுமிச்சைச் சாதம், புளிச் சாதம் எல்லாம் கிளறிச் சிறுது நேரம் வைத்து இருந்தால் எப்படிச்சாதத்தில் அதன் சுவை கூடுகிறதோ, அது போலத்தான் பிரியாணியும். எப்பொழுதும் சாப்பிட இரண்டு மணி நேரம் முன்பே செய்துவிட்டால் சுவை நன்றாக இருக்கும். பரிமாறுவதற்கு அரை மணி நேரம் முன் எடுத்து சிறு தீயில் பத்து நிமிடம் வைத்து எடுத்து கிளறிக் கொடுக்கும் போது மசாலா எல்லாம் இறைச்சியில் ஊறிச் சுவையா இருக்கும்.

- அடுப்பிலிருந்து இறக்கியபின், கடைசியில் நெய் அல்லது வெண்ணெய் சேர்த்துக் கலந்துவிடவும். நறுமணத்திற்காக மல்லி மற்றும் புதினாத் தழைகளைச் சேர்த்துக்கொள்ளலாம்.

- மட்டன் ரோஸ் நிறத்தில் இருந்தால் இளசு. சிவப்பாக இருந்தால் முற்றல். நெஞ்சுக்கறி சீக்கிரம் வேகும், மிருதுவாகவும் இருக்கும்.

ஹலாலுாயா

ஹலால். இந்த வார்த்தையை நீங்கள் கேள்விப்பட்டிருக்கலாம். அசைவ உணவகங்களில் பார்த்திருக்கலாம். முக்கியமாகக் கசாப்புக் கடைகளில் நூறு சதவீதம் ஹலால் என்ற அறிவிப்புப் பலகையை கண்டிருக்கலாம். ஹலால் என்ற வார்த்தைக்கு முழு அர்த்தத்தை நீங்கள் அறிந்திருக்கவில்லை என்றால் இந்தக் கட்டுரையில் வரும் தகவல்கள் உங்களுக்குப் பயனுள்ளதாக இருக்கும்.

ஹலால் என்ற வார்த்தைக்கும் புலால் என்ற வார்த்தைக்கும் பல குழப்பங்கள் மக்களிடையே இருக்கிறன.

புலால்

புலால் என்பது ஒரு தமிழ் வார்த்தை. புலால் என்றால் இறைச்சி என்று அர்த்தமாகும். திருக்குறளில் வாசுகி மணாளன் புலால் உண்ணாமை என்றோர் அதிகாரமே எழுதி இருக்கிறார் என்பது அனைவரும் அறிந்ததே.

ஹலால்

ஹலால் ஒரு அரபுச் சொல். இஸ்லாத்தில் அனுமதியளிக்கப்பட்ட அல்லது சட்டபூர்வமான விஷயங்களுக்கு ஹலால் என்று சொல்வார்கள். ஹலால் என்ற வார்த்தை இறைச்சி சம்பந்தப்பட்ட விஷயம் மட்டுமல்ல.

இஸ்லாமியர்கள் பொதுவாக ஹலால் முறையில் அல்லது சட்டத்தின் படி மட்டுமே நடப்பார்கள்.

இறைச்சியின் சுத்தத்தை தான் ஹலால் என்று பலர் நினைத்துக் கொண்டிருக்கிறார்கள். விஷயம் அதுவன்று. ஒரு உதாரணம் சொன்னால் புரிந்து விடும். இஸ்லாம் மதத்தில் மற்றவர்களுக்கு சொந்தமான பொருளை அபகரிக்கக் கூடாது என்று ஹலால் விதிகளில் இருக்கிறது. ஆகவே அப்படி அபகரிப்பது ஹராம். ஹராம் என்பது ஹலால் என்ற வார்த்தைக்கு எதிர்சொல். இஸ்லாம் சட்டத்திற்குப் புறம்பான அல்லது சட்டத்தில் அனுமதியளிக்கப்படாத செயல்கள் அனைத்தும் ஹராம் என்று அழைக்கப்படும்.

ஹலால் விதிகளின் படி இஸ்லாம் மதத்தினர் குறிப்பிட்ட விலங்குகளை மட்டுமே சாப்பிட முடியும். குறிப்பிட்ட முறையில் மட்டுமே சமைக்க முடியும். அது என்ன என்று ஒவ்வொன்றாகப் பார்ப்போம்.

இஸ்லாமிய மத நூலான "குர்ஆன் அனுமதிக்கின்ற முறை" என்பது ஹலால் வார்த்தையின் பொருளாகும்.

ஹலால் முறையில் விலங்குகளை வெட்டுவதற்கு முன்பாக இஸ்லாமிய மதச் சடங்கை அறிந்த இஸ்லாமியர் ஒருவர் தங்கள் மத நூலான குர் ஆனில்,

விலங்குகளை பலியிடுவதற்கு முன்பாகக் கூறப்படும் பிரார்த்தனை மந்திரத்தை ஓதி, அவ்விலங்கை இறைவனின் பெயரால் ஆசிர்வதிப்பார். அவர் ஆசி வழங்கி முடித்ததும் அந்த விலங்கின் முன் கழுத்தில் கூர்மையான கத்தியால் வெட்டி விட வேண்டும்.

அப்போது அந்த விலங்கின் கழுத்திலிருந்து ரத்தம் ஆர்ப்பரித்தோடும். ரத்தம் வெளியேறும் போது அந்த விலங்கின் கால்களும், உடலும் துடிதுடிக்கும். சிறிது நேரத்தில் அந்த விலங்கு இறந்து விடும். அதன் பிறகு அந்த விலங்கின் தோலை உரித்து, அவ்விலங்கின் மாமிசத்தை சமைத்து சாப்பிடலாம்.

ஹலால் ரீதியில் விலங்குகளைப் பலியிடுவதற்கு முன்பாகக் கவனத்தில் கொள்ள வேண்டிய விதிகள்:

ஹலால் முறையில் விலங்குகளைப் பலியிடும் நபர் விலங்குகளைப் பலியிடப் பயன்படுத்தும் கத்தியை மழுங்கல்கள் இல்லாமல் மிகக் கூர்மையாகத் தயார் செய்து வைத்திருப்பது அவசியம் .

விலங்குகள் வலியை உணராதவாறு கழுத்து அறுக்கப்பட்டு, ரத்தம் வெளியேற்றப்பட வேண்டும்.

ஹலால் முறையில் விலங்குகளின் கழுத்தை அறுக்கும் போது நரம்புக் குழாய்களும் மூச்சுக் குழாயும் ஒரு சேர அறுக்க வேண்டும்.

ஹலால் முறையில் விலங்குகளைப் பலியிடும் நபர்கள் அந்த விலங்குகளின் கழுத்தை அறுக்கின்ற போது எக்காரணம் கொண்டும் விலங்குகளின் தண்டு வடப் பகுதியை வெட்டக்கூடாது.

பலியிடப்படும் விலங்குகளின் கழுத்தை அறுக்கின்ற பொழுது, அவ்விலங்கின் தண்டுவடப் பகுதியையும்

சேர்த்து அறுத்தால், விலங்கின் இதயத்துக்குச் செல்கின்ற ரத்த நாளங்களில் பாதிப்பு உண்டாகி விலங்கின் இதயச் செயல்பாடு அப்படியே நிற்கும்.

இதயம் நிற்கும்போது இதயத்திற்குச் செல்கின்ற ரத்த நாளங்களில் ரத்தம் உறைந்து போய்விடும். இதன் காரணமாக விலங்கின் இறைச்சி கெட்டுப்போய் விடும். அந்த இறைச்சி மனிதர்கள் உண்பதற்குத் தகுதி இல்லாததாக மாறிவிடும் ஆபத்துள்ளது.

பலன்கள்

- ஹலால் முறையில் உணவுக்காக விலங்குகளைப் பலியிடுவது குறித்து ஒரு சில இஸ்லாமிய நாடுகளில் சிலர் ஆய்வுகளை மேற்கொண்டார்கள். அந்த ஆய்வுகளின் முடிவின்படி ஹலால் முறையில் உணவுக்காக விலங்குகள் பலியிடப்படும் பொழுது, மிகக் குறைந்த அளவிலான வலியையே அவ்விலங்குகள் அனுபவிக்கின்றன என்பது தெரிந்தது.

- இறந்து போகும் எந்த ஒரு விலங்கினத்தின் உடலும் மிக வேகமாகக் கெட்டுப் போக அந்த உடலில் உறைந்து போகின்ற ரத்தமும் அந்த ரத்தத்தில் கலந்திருக்கின்ற சில வகை கிருமிகளும் தான் காரணம் என மருத்துவ விஞ்ஞான ஆய்வுகள் தெரிவிக்கின்றன.

- ஆனால், ஹலால் முறையில் விலங்குகளின் கழுத்தை அறுக்கும் போது, அந்த விலங்குகளின் உடலில் இருக்கின்ற ரத்தம் அனைத்தும் முழுமையாக வெளியேறி, அந்த விலங்குகளின் இறைச்சியில் உள்ள ரத்தத்தில் கிருமிகள் தங்காமல் தடுக்கப்பட்டு, அந்த இறைச்சி நீண்ட நேரத்திற்குக் கெடாமல் இருக்கிறது.

- ஹலால் முறையில் விலங்குகளின் கழுத்தை அறுக்கும் பொழுது, அந்த விலங்குகளின் உடலிலிருந்து ரத்தம் வெளியேறும். அவை கால்களை உதைத்துக் கொள்வதையும், உடல் துடிப்பதையும் கண்டு சிலர் இந்த முறையில் விலங்குகளை கொல்வது கொடூரமானது என கருதுகின்றனர். உண்மை என்னவென்றால் ஹலால் முறையில் விலங்குகள் கொல்லப்படும் போது, அவை வலியை உணர்வதில்லை. உடலில் இருந்து சூடான ரத்தம் வெளியேறும் பொழுது தசைகள் சுருங்குவதால் தான் அந்த விலங்குகளின் உடலும் கால்களும் துடிக்கின்றன.

- பன்றி இறைச்சி, படுகொலைக்கு முன் இறந்த விலங்குகள், சரியாக கொல்லப்படாத விலங்குகள், மது, போன்றவைகளை ஹலால் விதிகளின் படி சாப்பிடக் கூடாது.

பிரியாணி செய்முறை

சில கடைகளில் பிரியாணி மசாலாவுடன் அரிசியைச் சேர்த்து வேகவைத்துத் தயாராக வைத்து விடுவார்கள். இதற்கு குஸ்கா என்று பெயர். அந்த குஸ்காவில், சமைத்த சிக்கனைப் போட்டுக் கொடுத்துவிட்டு சிக்கன் பிரியாணி; மட்டனைப் போட்டுக் கொடுத்துவிட்டு மட்டன் பிரியாணி; முட்டை போட்டு கொடுத்துவிட்டு முட்டைப் பிரியாணி என்றும் புருடா விடுவார்கள்.

ஆனால், அது மரபல்ல. பிரியாணி செய்யும் போது இறைச்சி, அரிசி, மசாலா எல்லாம் ஒன்றுடன் ஒன்றாக புணர்ந்து ஒரு புது சுவையே பிறக்கும். சிக்கன் பிரியாணியின் சோறு ஒரு ருசியாகவும் மட்டன் பிரியாணியின் சோறு ஒரு சுவையாகவும் இருக்கும்.

பிரியாணி செய்முறையைப் பொறுத்த வரை ஒவ்வொரு இடத்திற்கும் மட்டுமல்ல ஒவ்வொரு வீட்டிற்கும் ஒரு செய்முறை உண்டு. நபருக்கு நபர் கூட வேறுபடும். அதற்கு ஏற்றவாறு சுவையும் வித்தியாசப்படும்.

சிலர் சிக்கன், மட்டன் பிரியாணி செய்முறையில் அதே வெங்காயம், தக்காளி தானே இருக்கிறது. அதில் என்ன வித்தியாசம் என்று யோசிக்கலாம். ஒவ்வொரு வகைக்கும் சுவையில் நிறைய வேறுபாடுகள் உண்டு. அது, சுவைத்துப் பார்த்தால் மட்டுமே புரியும்.

பச்சை மிளகாயைச் சிறு துண்டுகளாக சேர்ப்பதற்கும், வெட்டாமல் போடுவதற்கும், அரைத்துப் போடுவதற்கும் கூட நிறைய வித்தியாசம் இருக்கிறது. தேங்காய், கசகசா, முந்திரி சேர்த்து அரைப்பது ஒரு தினுசாக இருக்கும். தேங்காய் மட்டுமே அரைப்பது ஒரு வகை. தேங்காய்ப் பாலாக சேர்ப்பது மற்றும் ஒரு வகை. அந்த தேங்காய் பால் கூட ரெடிமேடுக்கும், வீட்டில் எடுப்பதற்கும் தான் எவ்வளவு வித்தியாசம்!

எனக்குத் தெரிந்த வகையில் மட்டன் பிரியாணி அல்லது சிக்கன் பிரியாணி செய்வது எப்படி என்று சொல்கிறேன். இதில் குங்குமப்பூ கிடையாது, பால் கிடையாது, எனக்கு பால் ஒவ்வாமை இருப்பதால் தயிரும் சேர்ப்பதில்லை. புளிப்பிற்கு எலுமிச்சை சேர்த்து கொள்வேன்.

தேவையான பொருட்கள்

பாஸ்மதி அல்லது சீரகச் சம்பா அரிசி – 250 கிராம்
எலும்போடு இருக்கும் ஆட்டுக் கறி – 250 கிராம்
எலும்பு இல்லாத ஆட்டுக் கறி - 250 கிராம்
வெங்காயம் – 125 கிராம்
தக்காளி – 100 கிராம்
பச்சைமிளகாய் – 30 கிராம்
கொத்தமல்லித்தழை – 25 கிராம்
புதினா – 30 கிராம்
இஞ்சி பூண்டு விழுது – 20 கிராம்

மல்லித்தூள் – 20 கிராம்
மிளகாய்த்தூள் – 20 கிராம்
சோம்பு – 10 கிராம்
மஞ்சள்தூள் – 5 கிராம்
உப்பு - 25 கிராம்
சிறிய பட்டை – 2 எண்ணம்
சிறிய ஏலக்காய் - 2 எண்ணம்
கிராம்பு - 2 எண்ணம்
தேங்காய் - 25 கிராம்
கசகசா - 20 கிராம்
பிரியாணி இலை – 3 எண்ணம்
எலுமிச்சைப் பழம் - 1 எண்ணம்
முந்திரிப் பருப்பு - 5 எண்ணம்
நெய் - 50 மி.லி
கடலை எண்ணெய் - 20 மி.லி
தண்ணீர் - 700 மில்லி

மேலே குறிப்பிட்ட அளவு பயன்படுத்தி பிரியாணி செய்தால் இரண்டு கிலோ பிரியாணி கிடைக்கும். இரண்டு பேர் சாப்பிடலாம் .

சமைக்கும் முன் தயாராக வைத்து இருக்க வேண்டியவை

இறைச்சியைச் சிறு துண்டுகளாக வெட்டி வைத்துக் கொள்ளவும். அப்போது தான் சமைக்கும் போது அதில் மசாலா நன்றாக ஏறும். வெங்காயம், தக்காளி மற்ற பொருட்கள் அனைத்தையும் சிறியதாக நறுக்கி வைத்துக் கொள்ளவும். இதனால் இவை சீக்கிரமாக வேகுவதோடு சாப்பிடும் போது வாயில் தட்டுப்படாது.

இறைச்சியை நன்றாகக் கழுவிய பின்பு அதில் ஐந்து கிராம் உப்பு, மஞ்சள் தூள், மிளகாய் பொடி,

எலுமிச்சைச் சாறு, சமைக்க வைத்து இருக்கும் புதினாவில் பாதி சேர்த்து மூடி போட்டு அரை மணி நேரம் மூடி வைக்கவும். சமைப்பதற்கு பதினைந்து நிமிடம் முன்பு பிரியாணி அரிசியை தண்ணீரில் ஊறவைக்கவும்.

தேங்காய், கசகசா, பச்சை மிளகாய், முந்திரிப்பருப்பு இவை அனைத்தையும் தண்ணீர் சேர்த்துத் தோசை மாவு பதத்திற்கு அரைத்து வைத்துக் கொள்ளவும் .

செய்முறை

1) அடி கனமான அகண்ட பாத்திரத்தில் இருபத்தைந்து மில்லி நெய் ஊற்றவும். மீதம் இருக்கும் நெய்யினை சமைத்து முடித்த பின் மேலே ஊற்றினால் வாசமாக இருக்கும் .அதைத் தனியாக வைத்துக் கொள்ளுங்கள். நெய் ஊற்றிய பின்னர் கடலை எண்ணெயும் அதனோடு ஊற்றி விடவும். (இறைச்சியில் கொழுப்பு அதிகமாக இருந்தால் எண்ணெயைக் குறைத்து ஊற்றுங்கள்..)

2) பட்டை, லவங்கம், ஏலக்காய், சோம்பு ஒன்றின் பின் ஒன்றாகப் போட்டுப் பொரியும் வரை கிளறவும். அதற்குப் பிறகு நறுக்கிய வெங்காயத்தைக் கொட்டி பொன்னிறம் ஆகும் வரை வதக்கவும். பிறகு அதனுடன் தக்காளி சேர்த்து நன்றாக வதக்கவும்.

3) தக்காளி நன்றாக வதங்கியதும் மல்லித்தூள் மற்றும் பதினைந்து கிராம் உப்பு சேர்த்துக் கலந்து கொள்ளவும். இப்போது சமைக்கும் பாத்திரத்தில் இருக்கும் கலவை கூழ் போல ஆகும் வரை வேக வைக்க வேண்டும். சிறு தீயில் மூடி போட்டு வைத்து வேக விடுங்கள்.

4) பிறகு அதனுடன் மல்லி இலை, புதினா இலை சேர்த்துக் கலந்து கொள்ளவும்.

5) அடுத்து அதில் இறைச்சியைப் போட்டு மூன்று நிமிடங்கள் வரை நன்றாக வதக்கவும். இப்போது அரைத்த தேங்காய்க் கரைசல் மற்றும் ஊற வைத்த அரிசியை மேலே கொட்டவும். இப்போது தண்ணீர் சேர்த்து அரிசி உடையாமல் பக்கவாட்டில் இருந்து மிகவும் கவனமாகக் கிளறி விடவும். கிளறி விட்ட பின்னர் உப்பு, காரம் பார்த்து மூடி வைத்து விடவும்.

6) குக்கர் என்றால் *Medium Flame*ல் இரண்டு விசில் விடுங்கள். பின்பு குக்கரில் ஒரு மணி நேரம் கழித்து திறந்து பார்த்தால் பிரியாணி தயாராக இருக்கும். மேலே கொத்தமல்லி, நெய் ஊற்றிக் கிளறி விட்டு சாப்பிடலாம்.

7) கரி அடுப்பில் சமைத்தால் சிறு தீயில் இருபது நிமிடம் கழித்து திறந்து பாருங்கள். அரிசி வெந்திருக்கிறது என்றால் மேலே பாத்திரத்தின் மேலே தென்படும். அரிசி தொண்ணூறு சதவீதம் வெந்த பதத்தில் இருக்க வேண்டும். பத்து சதவீதம் தம்மில் வேகட்டும். தம் போடும் முன்னர் அதில் கொத்தமல்லி நெய் ஊற்றி தம் போடுங்கள்.. வாசனையாக இருக்கும்.

மேலே ஆட்டுக்கறி பிரியாணிக்கான செய்முறை கொடுத்திருக்கிறேன். இதுவே, கோழிக்கறி பிராணியாக இருந்தால் ஆட்டுக்கறிக்கு பதில் கோழிக்கறி சேர்க்க வேண்டும். தண்ணீர் அளவு அறுநூறு மில்லி இருந்தால் போதும்.

ஆறு நிமிடத்தில் பிரியாணி ரெடி

அது தேர்தல் சூடு பிடித்துக் கொண்டிருந்த நேரம். கனிமொழி எம்.பி-யை நேர்காணல் கண்ட ஒருவர், 'நீங்க சமைப்பீங்களா' என்று வினாவினார். "நீங்கள் ஏன் ஆண் அரசியல்வாதிகளிடம் இந்தக் கேள்வியெல்லாம் கேக்கறதில்ல?" என்று பதில் அளித்தார் கனிமொழி. இந்தப் பதிலைக் கேட்ட தொகுப்பாளரின் முகம் கசக்கிப் போட்ட காகிதம் போலானது. அதன் பிறகு கனிமொழி பேசிய வீடியோ சமூக ஊடகத்தில் வேகமாகப் பரவியது.அது ஒருபுறம் இருக்கட்டும். இந்தச் சம்பவம் குறித்து ஒன்றை நீங்கள் யோசித்து பாருங்கள்.

தேர்தல் மும்முரத்தில் சுழலும் அரசியல்வாதியிடம், முன்பு போல் நிறைய வாசிக்க முடிகிறதா, பிரச்சாரத்திற்கு நேரம் இருக்கிறதா என்று கேட்க ஆயிரம் கேள்விகள் இருக்கின்றன. ஆனால், இந்தக் கேள்வியை அவர் ஏன் கேட்க வேண்டும்? அவருக்கு மட்டுமல்ல 'சமையல் செய்வது பெண்ணின் வேலை' என்று எல்லோரது மண்டையிலும் ஊறிப் போய் இருக்கிறது.

ஒரு உதாரணம். "கட்டிக் குடுத்த எடத்துல பொண்ணு நிம்மதியா சண்ட சச்சரவு இல்லாம இருக்கணுனா சமைக்க கத்துக் கொடுங்க" என்று நம் வீட்டிலும் சொல்லத்தானே செய்கிறோம். கேட்க வலித்தாலும் உண்மை இதுதான்.

சமையல் ஒரு கலை என்றால் அதை ஆதார் அட்டை வைத்து இருக்கும் அனைவரும் செய்யலாமே. பெண்கள் மட்டும் தான் செய்ய வேண்டுமா? இந்த கேள்வியை கேட்டால் ஒரு டெம்ப்லேட் பதில் வரும். அம்மியில் மசாலா அரைப்பது, நெல் குத்துவது, தானியங்களை உடைப்பது போன்ற பாரம்பரிய வேலைகள் செய்வது ஒரு வகை யோகாசனம் என்பார்கள்.பல்வேறு உடல் ரீதியான மாற்றங்களை எதிர்கொள்ளும் பெண்களுக்கு இது ஆரோக்கியமானது என்பார்கள். இப்படிச் சொல்வதை தான் டகால்டி என்று அறிஞர் ஒருவர் அன்றே சொன்னார்.

அத்தனை நல்ல விஷயங்களை ஆண்களும் செய்தால் தான் என்ன ? அவர்களும் ஆரோக்கியமாக இருந்துவிட்டு போகட்டுமே.

பஞ்சபூதங்கள் மட்டும் தான் அப்படியே இருக்கின்றனவே தவிர மற்ற எதுவும் முன்பு போல இல்லை. ஒரு குடும்பத்தை வெற்றிகரமாகக் கொண்டு நடத்துவதற்கு இருபாலாருமே உழைத்துத் தான் ஆக வேண்டும். விடுமுறை நாட்களில் விரும்பிய படி ஓய்வு எடுக்க ஆண்களைப் போலப் பெண்களுக்கும் உரிமை இருக்கிறது. அப்போதாவது பெண்களை விடுகிறோமா ? வேலை அதிகமாகக் கோரும் விசேஷ சமையல்களைச் செய்ய வற்புறுத்துகிறோம். இத்தனையும் தாங்கிக் கொண்டு சமைத்தாலும்

ஒருமுறையாவது மனம் நிறையப் பாராட்டி இருக்கிறோமா என்றால் அதுவுமில்லை.

சரி. ஆண்கள் சமையல்கட்டில் களமாட இறங்கினாலும் அவர்களால் முடிகிறதா? உண்மையில் சமையல் செய்வது எளிதான காரியமன்று.

தினமும் தொடர்ந்து செய்ய ஆர்வமும் தன்முனைப்பும் வேண்டும். நிறைய நேரம் வெப்பத்தில் உழல வேண்டும், நிறைய நேர விரயம் ஆகும். பொங்கல் கூழ் போல ஆகலாம், வேகாமல் இருப்பதைத் தின்று வயிற்று வலி வரலாம். இது போன்ற பிரச்சனைகளுக்கு வரப்பிரசாதமாக உருவாக்கப்பட்டது தான் ஓபோஸ் (OPOS) குக்கிங் முறை. (நன்கு கவனியுங்கள். அதிமுகவின் ஓபிஎஸ் அல்ல. ஓபோஸ்)

ஓபோஸ் என்றால் என்ன ?

ஒன் பாட் ஒன் ஷாட் (One pot One shot®) என்பதன் சுருக்கமே ஓபோஸ். எந்த உணவையும் குறுகிய நேரத்தில், அதிக வெப்பத்தில், குறைவான அல்லது தண்ணீரே இல்லாமல் சமைக்கும் முறை இது.

ஒன் பாட் என்றால் என்ன ?

நேரடித் தமிழில் ஒரே பாத்திரம் என்று பொருள்படும். ஆனால், ஓபோஸைப் பொறுத்தவரை ஒன் பாட் என்பது இந்த முறை சமையலுக்கு என்றே பிரத்தியேகமாகத் தயாரிக்கப்பட்டிருக்கும் பாத்திரங்களைக் குறிக்கும். இவை வெவ்வேறு அளவுகளில் உள்ளன. ஒரு மின்சார பிரஷர் குக்கரும் உண்டு.

ஒன் ஷாட் என்றால்?

ஒரே நேரத்தில் ஒன்று அல்லது பல, உணவு வகைகளை ஓபோஸ் குக்கரில் சமைப்பது.

ப்ரஷர் குக்கருக்கும் ஓபோஸ் குக்கருக்கும் வித்தியாசம் என்ன?

ப்ரஷர் குக்கரில் சமையல் செய்யும் போது அதிக நீர் தேவைப்படும். அதிக நீரில் சமைப்பதினால் அவை அளவுக்கு அதிகமாக வெந்து விடுகின்றன. ஆகவே சுவை குறைகிறது.

குறைவான வெப்பம் இருக்கும். இதனால் சமைத்து முடிக்க நீண்ட நேரம் எடுக்கும்.

ஆனால், ஓபோஸ் சமையல் முறை முற்றிலும் வேறுபட்டதாக இருக்கிறது. குறைவான நீர் அல்லது சமைக்கும் பொருட்களில் இயற்கையாகவே இருக்கும் நீரை மட்டும் கொண்டு அதிக வெப்பத்தில் சமைக்கப் படுவதால் நிறம், குணம் மாறாத சத்தான உணவு கிடைக்கிறது.

ஓபோஸால் கிடைக்கும் நன்மைகள்?

OPOS சமையல் முறை மூலம் உணவை சமைக்க பத்து நிமிடங்கள் கூடத் தேவையில்லை. ஆறு நிமிடத்தில் பிரியாணி, ஐந்து நிமிடத்தில் சாம்பார், மூன்று நிமிடத்தில் பொரியல் என்று எல்லா உணவையும் செய்ய முடியும்.

OPOS சமையல் என்பது பெண்ணைச்சமையலறையில் இருந்து விடுவிக்கின்றது. பெண்களுக்குத் தன் அடிப்படைக் கடமைகளைக் குறைவின்றி நிறைவேற்றுவதோடு, தன் சுய முன்னேற்றத்துக்காக

உழைப்பதற்கான நேரத்தையும் அதிகரித்துத் தருகின்றது. இதே போல ஆணுக்கு இலகுவாக சமையலைக் கற்றுத் தருகின்றது. உணவுக்காகப் பெண்ணை அண்டி இருப்பதில் இருந்து அவனை விடுவிக்கின்றது. இரு பாலாரும் தங்கள் கடமைகள் அனைத்தையும் சரிசமமாகப் பங்கிட்டுக் கொள்வதற்கு ஒரு ஆரம்பப் படியாக அமைகின்றது.

பெண்கள் மட்டுமன்றி மாணவர்கள், வெளியூர்களில் தங்கி வேலைக்குச் செல்பவர்கள், உணவுக் கட்டுப்பாட்டில் இருப்பவர்கள், வயதானவர்கள், சுவையாகச் சமைக்கத் தெரியாமல் அவதிப்படுபவர்கள், ஹோட்டல் சாப்பாடே ருசி என்றிருப்பவர்கள், வழக்கமான சமையல் முறைகளில் அதிக குழப்பத்தையும், தோல்விகளையும் கண்டவர்கள் என்று பலருக்கு உதவுகிறது.

இந்த உணவு முறையில் வெறும் ஆறு நிமிடத்தில் பிரியாணி செய்ய முடியும். மிகவும் குறைந்த அளவு தண்ணீர் போதும். அதிக எண்ணெய் தேவையில்லை. எண்ணெய் இல்லாமல் கூட செய்யலாம்.

பல்வேறு ஓபோஸ் பிரியாணி செய்முறைகளில் ஒன்றை இப்போது பார்ப்போம்.

சிக்கன் பிரியாணி - இரண்டரை கிலோ

செய்யத் தேவையான பொருட்கள் :

கோழி (எலும்போடு) - 600 கிராம்
இஞ்சி பூண்டு பேஸ்ட் - 70 கிராம்
காரமாலிஸ்ட் வெங்காயம் - 100 கிராம்
பச்சை மிளகாய் - 60 கிராம்
தயிர் - 60 கிராம்

காரமாலிஸ்ட் தக்காளி - 100 கிராம்
உப்பு - 25 கிராம்
மிளகாய் பொடி - 20 கிராம்
பிரியாணி மசாலா பொடி - 10 கிராம்
புதினா - 25 கிராம்
பாஸ்மதி அரிசி - 500 கிராம் (சமைக்கும் முன் அரை மணி நேரம் ஊறவைக்க வேண்டும்)
தண்ணீர் - 620 மில்லி
எண்ணெய் - 40 மில்லி

'காரமாலிஸ்ட் வெங்காயம்' என்றால் ஓபோஸ் குக்கரில் எண்ணெயையும் வெங்காயத்தையும் கலந்து மொத்தமாக வதக்கி சேமித்து வைப்பது. அது போல தான் காரமாலிஸ்ட் தக்காளியும். வெங்காயம் தக்காளி மட்டுமல்ல பட்டை, சோம்பு, லவங்கம், ஏலக்காய் எல்லாம் வறுத்து எண்ணெயில் போட்டு வைத்து கொள்கிறார்கள். அதற்கு 'முகலாய் தட்க்கா' என்று பெயர்.

இதுபோல, அன்றாடச் சமையலுக்கு மீண்டும் மீண்டும் நாம் பயன்படுத்தும் பலவற்றை மொத்தமாகத் தயார் செய்து ஃப்ரீஸரில் சேமித்து வைத்துக் கொள்வது நேரத்தை மிச்சப்படுத்துவது ஓபோஸின் தனிச் சிறப்புகளுள் ஒன்று.

செய்முறை

முதலில் ஓபோஸ் *cookbot* அல்லது குக்கரை எடுத்து கொள்ளுங்கள் . அதில் பிரியாணிக்குத் தேவையான அனைத்துப் பொருட்களையும் (அரிசியை தவிர) ஒன்றாகக் கொட்டிவிடுங்கள். பாஸ்மதி அரிசியைக் கடைசியில் மேலாகக் கொட்டி விட வேண்டும். பிறகு ஐந்து விசில் விட்டு இறக்கினால் இரண்டரைக் கிலோ பிரியாணி தயார். சூடு குறையும் வரை பொறுத்து

பின்னர் பிரியாணியை பாத்திரத்தில் கொட்டி மல்லித்தழை தூவிப் பரிமாறலாம்.

என்ன ஆச்சரியமாக இருக்கிறதா? அதே ஆச்சரியத்துடன் யூடியூப் பார்த்து உங்கள் உபகரணங்களை கொண்டு முயற்சி செய்து பார்க்கும் முன்னர் கீழே இருக்கும் முக்கிய குறிப்பையும் படித்து விடவும்.

முக்கியக் குறிப்பு

ஓபோஸ் சமையலை மிகவும் கவனமாகச் செய்ய வேண்டும். இதைக் கற்றுக் கொள்ள வரிசைக் கிரமமான பாடங்கள் இருக்கின்றன. அவற்றை முறையாகப் பின்பற்றுவதன் மூலமே இந்த முறையில் சரியாகச் சமைக்க முடியும்.

இதன் அனைத்து செய்முறைகளும் பல்வேறு நபர்களால் பல்வேறு வகையான உணவுப் பொருட்களைக் கொண்டு ஒரே உபகரணங்களைப் பயன்படுத்திப் பல முறை பரிசோதனை செய்யப்பட்டுத் தரப்படுத்தப்பட்டவை. ஆகவே, இந்தச் செய்முறைகளைத் துளியளவும் மாற்றாமல் அதற்கென்று இருக்கும் பிரத்தியேகமான பாத்திரங்களைப் பயன்படுத்திச் செய்தால் மட்டும் தான் அதே இறுதி விளைவு கிடைக்கும்.

இவை அனைத்தையும் முறையாகப் பின்பற்றிச் சமைத்தால் முதல் தடவையே மிகச் சரியான பிரியாணியை மிகச் சுவையாகத் தயாரிக்க முடியும். ஒட்டுப் போடும் வேலைகள் இந்த சமையல் முறையில் இல்லை. குறைவான நேரத்தில் செய்தோமா கையைக் கழுவிவிட்டு வேறு வேலையைப் பார்த்தோமா என்று இருக்கலாம்.

மாக் மீட்

விலங்குகள் நம்முடைய அடிமைகள் அல்ல. விலங்கினங்களின் பசிக்கு உணவளிக்காவிட்டாலும் பரவாயில்லை. நம் பசிக்கு அதனை உண்ணக்கூடாது என்பதே நனி சைவம் பின்பற்றுவோரின் கொள்கை. சைவம் தெரியும். அது என்ன நனி சைவம்?

நனிசைவம் என்பது விலங்கு மற்றும் அது சம்பந்தப்பட்ட அனைத்து உணவுப் பொருட்களி லிருந்தும் விலகியிருக்கும் செயற்பாடாகும். மேற்சொன்ன கொள்கைகளைப் பின்பற்றுபவர் நனிசைவர்*(vegan)* ஆவர். மிருக வதை, உயிர்க்கொலை, உணவுக்காக உயிர்களைக் கொல்வது என்பதை இம்மக்கள் ஏற்றுக்கொள்வதில்லை.அயல் நாடுகளில் நனிசைவர்களை வீகன் என்று அழைக்கிறார்கள்.

குறைந்தபட்சமாகச் சைவர்கள் சாப்பிடும் உணவுகளான பால், பாலிலிருந்து உண்டாகும் வெண்ணெய், நெய், பாலாடைக்கட்டி, தயிர், மோர் ஆகியவற்றைக் கூட உட்கொள்ள மாட்டார்கள்.

தேன் கூட்டைக் கலைத்து, தேனீக்களைக் கொன்று எடுக்கப்பட்ட தேனைத் தொட மாட்டார்கள். பட்டுப்பூச்சிகளைக் கொன்று தயாரிக்கப்படும் பட்டுத் துணிகளை உடுத்த மாட்டார்கள். விலங்குகளின் தோலினால் தயாரிக்கப்பட்ட காலணி, இடுப்பு வார்ப்பட்டை, தோற் கைப்பைகள், பணப்பைகள், உடைகள் அல்லது மற்ற எந்த தோற்பொருட்களையும் பயன்படுத்தமாட்டார்கள்.

மருத்துவ நோக்கிலும் அசைவம் கலந்த மருந்துகள், மீன் எண்ணெய் போன்றவற்றை விலகுவார்கள். மொத்தத்தில் பிற உயிரினங்களுக்கு நேரிடையாகவோ அல்லது மறைமுகமாகவோ தொடர்புடைய பொருட்களுக்கு மறுப்பே இவர்களின் கொள்கை.

ஆக, இவற்றையெல்லாம் உட்கொள்ளும் சைவர்களையே அசைவர்கள் என்றே அழைக்கும் அளவு உணர்வு பூர்வமானவர்கள்.

பழங்கள், காய்கனிகள், அவரைகள், தானியங்கள், கொட்டைகள், விதைகள் ஆகியவற்றையும் இவற்றிலிருந்து உருவாக்கப்பட்ட நனிசைவ இனிப்புகள், நனிசைவ பாலாடைக்கட்டி என்பவற்றை நனிசைவ உணவாகக் உட்கொள்கின்றனர்.

இந்திய அரசாங்கத்தைச் சேர்ந்த உணவுப் பாதுகாப்பு மற்றும் தரம், முதலியவற்றை கவனித்துக் கொள்ளவும், உணவுத் தொழிற்சாலைகளுக்குச் சான்றிதழ் வழங்கவும் அமைக்கப்பட்ட ஆணையம் தான் *FSSAI (Food Safety and Standards Authority of India)* எனப்படும்.

இந்த ஆணையம் வழங்கும் சான்றின் படி இதுநாள் வரை அசைவப் பொருட்களுக்கு ஒரு சிவப்பு

வட்டத்துக்குள் சிவப்புப் புள்ளி இருக்கும். சைவப் பொருட்களுக்கு ஒரு பச்சை வட்டத்துக்குள் ஒரு பச்சைப் புள்ளி இருக்கும்.

இந்த இரண்டு புள்ளிகள் மட்டுமே உணவுப் பொருட்களுக்கு வழங்கப்பட்டிருந்தன. இப்பொழுது இந்த ஆணையம் புதியதாக நனி சைவப் பொருட்களுக்கும் *"V"* எனும் சின்னம் கொண்டு வந்திருக்கிறது. இனி நனிசைவ உணவு தயாரிக்கும் தொழிற்சாலைகள் அவர்கள் தயாரிக்கும் நனிசைவ உணவுப் பொருட்களுக்கு அந்தச் சின்னத்தை அச்சிட்டுக் கொள்ளவும் முடியும்.

திடீரென்று இந்த முறைக்கு மாறிய இவர்களுள் சிலருக்கு இறைச்சி சாப்பிடவேண்டும் என்று ஏக்கம் வரலாம். அந்த ஏக்கத்தைப் போக்க அவதரித்த மாற்று தான் மாக் மீட் *(Mock Meat)*. இது இறைச்சி உணவு போலவே காட்சியும் சுவையும் அளிக்கும். ஆனால், இது உண்மையான இறைச்சி அல்ல. தாவரங்களில் இருந்து உருவாக்கப்பட்ட செயற்கையான இறைச்சி. இப்போது சோயா பீன், வேர்க்கடலை, உருளைக்கிழங்கு ஆகியவற்றில் இருந்து இந்த மாற்று இறைச்சியை உருவாக்குகின்றனர். ரத்தத்திற்கு மாற்றாகப் பீட்ரூட்டைப் பயன்படுத்துகின்றனர்.

அமேசான் இணையத் தளத்தில் இந்தச் சைவ இறைச்சி கிடைக்கிறது.

வழக்கமான இறைச்சியை காட்டிலும் குறைவான நேரத்தில் இதை தயார் செய்துவிட முடியும் .இதில் கொழுப்பு, கொலஸ்ட்ரால் என்பவை சொற்பளவு தான் இருக்கிறது. மேலை நாடுகளில் சைவ இறைச்சிப் பிரியாணி, சைவக் கறிக் குழம்பு எல்லாம்

வந்துவிட்டது. நம் நாட்டிலும் சில இடங்களில் இந்த உணவைச் சாப்பிட்டு வருகின்றனர்.

பிரியாணியைப் பொறுத்தவரை ஆதியில் இறைச்சியும் சோறும் கலந்த ஒன்றாகத்தான் இருந்தது. காலம் மாற மாற மக்கள் அதில் தமக்குப் பிடித்த இறைச்சியைப் போட்டுச் சமைக்க ஆரம்பித்தார்கள். சைவர்கள் காய்கறிகளைப் போட்டு சமைக்க ஆரம்பித்தனர். இறைச்சி, பிரியாணி ருசியை மறக்க முடியாதவர்கள் மாக் மீட் உபயோகித்துச் சமைக்கிறார்கள்.

தொட்டுக்கை

என்ன உணவாக இருப்பினும் அதற்குப் பொருத்தமான துணை உணவு அமைந்துவிட்டால் சாப்பிட்டுக் கொண்டே இருக்கலாம். ஒரு உதாரணத்திற்குப் பழைய சோற்றை எடுத்துக் கொள்ளுவோம். மோர் மிளகாய் , ஊறுகாய், பச்சை வெங்காயம், பச்சை மிளகாய், பருப்புத் துவையல், சீனி அவரைக்காய்,வத்தல், கருவாடு, காரம் மிகுந்த உணவு வகைகள் என்று எவ்வளவு துணை உணவுகள் இருக்கின்றன அந்த உணவோடு சேர்த்துச் சாப்பிட. அந்த வகையில் நமது மனதிற்கு நெருங்கிய பிரியாணி; அந்த உணவைச் சாப்பிடும் போது என்ன உணவை நெருக்கமாக வைத்துச் சாப்பிடலாம் என்பதை பார்ப்போம்.

கத்திரிக்காய் கொத்சு

பிரியாணிக்கு துணை உணவாகக் கொடுக்கப்படும் இந்த உணவு ஒரு பிரசாதமும் கூட என்றால் நம்ப முடிகிறதா.

கடலூர் மாவட்டத்தில் சிதம்பரம் என்ற ஊர் உள்ளது. இப்போதுகான்க்ரீட் காடாக இருக்கும் அந்த ஊர், ஒரு காலத்தில் அதிசய மூலிகைகளும் தருக்களும் நிறைந்த வனப்பகுதியாக இருந்துள்ளது.

எப்போதும் அந்தப் பகுதி குளிர்ந்தே கிடந்திருக்கிறது. அந்தக் குளிர் அங்கே வருபர்களுக்குக் காய்ச்சலை ஏற்படுத்தி இருக்கிறது. அதனால், அங்கு இருப்பவர்கள் எந்த உணவு சமைத்தாலும் மிளகு,சீரகம் சற்று தூக்கலாகப் போட்டுச் சமைத்தார்கள்.

முதலில் நெய்யன்னத்தை சமைத்துப் படைத்திருக்கிறார்கள். என்ன தான் கடவுளுக்கு படைத்தாலும் கவளம் கவளமாக உருட்டி வாய்க்குள் போடப் போவது நாம்தானே. அதனால் அந்த உணவில் மிளகு சீரகம் சேர்த்து சம்பாசாதம் செய்தார்கள். பிற்காலத்தில் அந்த சம்பாசாதத்திற்கு சைடு டிஷாக எண்ணெய் மிதக்க மிதக்க கத்திரிக்காய் கொத்சு கொடுக்க ஆரம்பித்து விட்டார்கள் .பிரியாணிக்கு மட்டுமல்ல அரிசி உணவுகள் அனைத்துக்கிற்கும் பொருந்த கூடிய உணவாக இது இருக்கிறது.

பச்சடி

உப்பு, மிளகு, கடுகு, கொத்தமல்லி, மிளகாய் போன்ற மசாலாக்கலவையைப்பயன்படுத்திச்சமைக்கப்படும் உணவுப் பதார்த்தங்கள் காரத்தன்மையோடு இருக்கும். அந்த உணவுக்கு ஈடு கொடுக்க, தயிருடன் கலந்து தயாரிக்கப்படும் துணை உணவு தான் பச்சடி. பொதுவாக குளிர்ந்த நிலையில் பரிமாறப்படுகிறது.

இதைச் செய்வது மிகவும் எளிது. தயிரில் காய்கறி, பழங்கள், கொத்தமல்லி, சீரகம், வெங்காயம், புதினா, மிளகுத்தூள், சாட் மசாலா சேர்த்தால்

பச்சடி தயார். பச்சடி வட இந்தியாவில் ராய்தா என்று அழைக்கப்பெறுகிறது. ராய்தா என்ற வார்த்தை சமஸ்கிருத வார்த்தையான 'ரஜிகா' என்ற சொல்லிலிருந்து வந்தது. ராய்தா சில நேரங்களில் வெறுமனே 'தஹி' என்றும் அழைக்கப்படுகிறது.

பூந்திப் பச்சடி ,வெங்காயப் பச்சடி, காய்கறிப் பச்சடி போன்றவை பிரியாணிக்கு நல்ல துணை உணவாக இருக்கிறன. தயிர் பச்சடி சுவை அலாதியானது. அதனால், பிரியாணியை அதிகம் சாப்பிட வேண்டாம் என்று நினைத்தால் தயிர் பச்சடியை உங்கள் தட்டில் வைக்காதீர்கள்.

பிரியாணி எங்கே தோற்கிறது?

வேலை மெனக்கெட்டு நானே பிரியாணி செய்தேன். எந்த கலப்படமான உணவுப் பொருளும் அதில் சேர்க்கவில்லை. ஆனால், அதைச் சாப்பிட்ட பின் வயிற்றில் சுகமின்மை வந்தது என்கிறார்கள். ஒன்றைப் புரிந்து கொள்ள வேண்டும். அமிர்தத்தை உண்டாலும் அதைச் செரிமானம் செய்ய அஜீரணக் கோளாறு இல்லாத உடம்பு வேண்டும்.

உடம்பில் நெஞ்செரிச்சல், புளித்த ஏப்பம், குமட்டல், வாந்தி, வயிற்று உப்புசம், வயிற்றில் இரைச்சல், வாய் வழியாகவும் ஆசனவாய் வழியாகவும் அடிக்கடி வாயு பிரிதல், பேதி அல்லது மலச்சிக்கல், வாயில் அதிகமாக உமிழ்நீர் சுரத்தல், வாய்நாற்றம் போன்றவை இருந்தால் இவையே அஜீரணத்தின் அறிகுறிகள்.

அஜீரணத்தை சரி செய்தாலே மேலே இருக்கும் பாதி நோய் உங்களை அண்டாது. சிலர் இந்தக் கோளாறுகள் அனைத்தையும் வைத்துக்கொண்டு நட்ட நடுராத்திரியில் பிரியாணி சாப்பிட்டு அது

செரிமானம் ஆகவில்லை என்று பெப்சி குடிப்பது எல்லாம் எரிகிற தீயில் எண்ணெய் ஊற்றுவதற்குச் சமமானது.

ஒருவரது உடலில் செரிமான நீர், என்சைம்கள் குறிப்பிட்ட நேரத்தில் மட்டுமே அதிகமாகச் சுரந்து 'செரிமானம்' எனும் அற்புதப் பணியைச் செய்யும்.நீங்கள் நினைத்த நேரமெல்லாம் பிரியாணி மட்டுமல்ல எந்த உணவையும் சாப்பிட முடியாது.

எப்படிச் சரவெடியில் ஒரு பக்கத் திரியில் நெருப்பு வைத்தால் மறுபக்கத்தைத் தொடும் வரை வெடித்துத் தான் முடியுமோ, அதே போல, முறை இல்லாமல் உணவைச் சாப்பிட்டால் வாயில் தொடங்கி செரிமானத் தடத்தில் இருக்கும் வயிறு, சிறுகுடல், பெருங்குடல், பித்தப்பை, கணையம் வரை பாதிப்பை ஏற்படுத்தும் என்பது திண்ணம்.

இந்த செரிமானக் கோளாறு ஏன் ஏற்படுகிறது? பிரியாணி என்ற உணவு எங்கு தோற்கிறது? பார்ப்போம்.

காரத்தில் கவனம் தேவை

இந்த புத்தகத்தின் ஆரம்ப அத்தியாயத்தில் உணவு விநியோகம் செய்யும் செயலிகளில் அதிகம் வாங்கப்பட்ட உணவு பிரியாணி என்று அறிந்தோம். எவ்வளவோ இனிப்பு உணவுகள் இருக்க காரசாரமான பிரியாணியை ஏன் மக்கள் வாங்கினார்கள் தெரியுமா? இனிப்பான உணவைச் சாப்பிடுவதைக் காட்டிலும் காரமான உணவைச் சாப்பிடும் போது தான் நமது ஹாப்பி ஹார்மோன்ஸ் சுரக்கும் என்பதே காரணம். காரமான உணவுகள் உடலுக்குக் கேடு தருபவை. இந்தியாவில் தான் உணவில் அதிகமாக காரத்தை

உணவில் சேர்க்கிறோம். அது உடம்புக்குப் பழகிவிட்டது. வெளிநாட்டவர்கள் இந்திய உணவை சாப்பிடும் போது அவர்களுக்கு வரும் முதல் பிரச்சனை செரிமானக் கோளாறு. இதற்கான காரணம் காரம் அவர்களுக்கு ஒவ்வாமையை ஏற்படுத்துவது தான்.

பிரியாணி மட்டுமல்ல எந்த உணவிலும் அதிகக் காரம், புளிப்பு, மசாலா சேர்த்துச் சமைத்தல் கூடாது. அப்படிச் சாப்பிடுவது இரைப்பையின் சளிப் படலத்தைச் சிதைவடையச் செய்யும். செரிமான நீர் சுரப்பது தடைப்படும். இது அஜீரணத்துக்கு வழி அமைக்கும்.

பிரியாணிக்கும் வேண்டும் கோடை விடுமுறை

கோடை காலத்தில் உடலில் வெப்பம் அதிகரிக்கும். அந்நேரத்தில் நம் உடல் இயற்கையாகவே தண்ணீர்ச் சத்தை இழக்கும். தண்ணீர்ச் சத்து குறைவாக இருக்கும் நேரத்தில் பிரியாணி போன்ற அசைவ உணவுகளை வயிற்றுக்குள் தள்ளுவது மலச்சிக்கலை ஏற்படுத்தும். அந்த நேரத்தில் திட உணவுகளைத் தவிர்த்து தண்ணீர் ஆகாரத்தை அதிகம் எடுக்க வேண்டும். தண்ணீர் வயிற்றில் உள்ள அமிலத்தின் அளவை நடுநிலையாக வைத்துக் கொள்வதோடு வெப்பத்தையும் குறைக்கும்.

தயிர்ப் பச்சடியைத் தவிர்க்க வேண்டாம்

பிரியாணியோடு தயிர்ப் பச்சடி மற்றும் ஊறுகாய் துணை உணவாக நம் ஊரில் மட்டுமல்ல உலகமெங்கும் சாப்பிடப்படுவதை அறிந்தோம். அதற்குச் சில காரணங்கள் உண்டு. தயிர், ஊறுகாய் போன்ற உணவுகளில் குடலுக்கு நன்மை பயக்கும் புரோபயாடிக்குகள் இருக்கின்றன. புரோபயாடிக்குகள்

என்றால் பாக்டீரியா கொண்ட உணவுகள். நல்ல பாக்டீரியாக்கள் குடலுக்கு நன்மை பயக்கும். செரிமானத்தை எளிதாக்கும்.. மற்றும் இவை வயிற்றுப்போக்கைச் சரி செய்யும் வல்லமை பொருந்தியவை.

நார்ச்சத்து

பிரியாணி சாப்பிடும் நாட்களில் பழங்கள், காய்கறிகள் பீன்ஸ் ஆகியவற்றை சேர்த்துக்கொள்ள மறந்துவிட வேண்டாம். அவைகளில் நார்ச்சத்து இருக்கிறது. எப்படி துடைப்பம் வீட்டை சுத்தப் படுத்துகிறதோ, அதே போல, நார்ச்சத்து நமது உடலைச் சுத்தம் செய்கிறது. பிரியாணி போன்ற கலோரி கூடிய உணவைச் சாப்பிடும் போது செரிக்க உதவும் நார்ச்சத்துள்ள உணவையும் வயிற்றுக்குள் போடுங்கள். செரிமானக் கோளாறு உள்ளவர்கள் பிரியாணி மட்டுமன்றி எந்த உணவைச் சாப்பிடும் முன்னும் பச்சை காய்கறிகள், தக்காளி, ஆப்பிள், பேரிக்காய், தர்பூசணி, வெள்ளரி, அன்னாசிப் பழம் போன்ற உணவுகளை முதலில் சாப்பிடுங்கள்.

மாலை ஆறு மணிக்கு மேல் வேண்டாமே பிரியாணி உற்சவம்

வரலாறு முழுவதும், நாம் ஒரு நாளைக்கு ஒரு வேளை உணவைக் கூட உண்டு வாழ்ந்திருக்கிறோம் என்பதற்கானசான்றுகள்இருக்கின்றன. ஒரு நாளைக்கு ஒரு வேளை மட்டுமே சாப்பிட்டால் கூட நமக்கு பசி ஏற்படாது. ஏனென்றால், பசி ஒரு உளவியல் உணர்வு தான் . சாப்பிடாமல் நாம் இருக்கும்போது நம் உடலில் இருக்கும் கொழுப்பு எரிபொருளாக மாறும். இந்த நிகழ்வை அறிவியல் உலகம் கீடோசிஸ் *(Ketosis)*

என்று அழைக்கிறது. இந்த கீடோசிஸ் செயல்பாட்டில் நம்முடைய உடலில் இருக்கும் அனைத்து உயிரணுக்களும் புதுப்பிக்கப்படுகின்றன. அப்போது புற்றுநோய் உயிரணு கூட செத்து விடுகிறது. இப்படி நாம் சாப்பிடாமல் இருக்கும் போது நம் உடம்பில் பல நன்மைகள் நடக்கின்றன .

இந்த செயல்பாடு சூரியன் மறையும் நேரத்தில் இயற்கையாவே நடைபெறும். மனிதனைத் தவிர அனைத்து மிருகங்களும் சூரியன் உதிக்கும் போது எழுந்திருக்கும்; உணவை சாப்பிடும்; மாலை ஓய்வுக்குச் சென்று விடும். நாமும் குளிர்சாதனப் பெட்டிகள் மற்றும் பல்பொருள் அங்காடிகளைக் காண்பதற்கு முன் உணவு கிடைக்கும்போது தான் சாப்பிட்டோம். இப்போது நினைத்த நேரத்தில் சாப்பிட முடியும். சாதாரண உணவைச் சாப்பிட்டாலே செரிப்பதற்கு நேரம் எடுக்கும். பிரியாணி சாப்பிட்டால் சிக்கல் வராதா என்ன ? பிரியாணி புரதமும், மாவு சத்தும், கொழுப்பு சத்தும் மற்றும் மசாலாப் பொருட்கள் எல்லாம் சேர்ந்த ஒரு சக்திமிக்க நிறையுணவு. அதை பகலில் சாப்பிடாமல் நேரம் தவறி உண்பதால் குடலியக்கம் குழம்புகிறது. அதனால் அஜீரணம் ஏற்படுகிறது.

நிதானத்தோடு மென்று சாப்பிடு

செரிமானம் வயிற்றில் இருந்து தொடங்குவது இல்லை. வாயில் இருந்து தொடங்குகிறது. உணவை நன்கு மென்று சாப்பிட வேண்டும். நாம் எச்சில் என்ற ஒன்றை மற்றவரை அவமானப்படுத்தும் ஒரு பொருளாகக் கருதுகிறோம். ஆனால் அந்த எச்சில் தான் அஜீரணம், வாந்தி, தலைச்சுற்றல் உண்டாகும் நேரத்தில் அதிகம் சுரந்து உடலைச் சீர்படுத்துகிறது.

உணவை மெல்லும்போது உமிழ் நீர் உணவுடன் நன்கு கலக்கும்படி கூழாக்கி உண்ணவேண்டும். வாயிலேயே ஐம்பது சதவீத செரிமானம் முடிகிறது. முக்கியமாக இறைச்சி சாப்பிடும் போது நன்றாக மென்று உணவுக் குழாய்க்குச் செல்ல ஏதுவாக சாப்பிட்டால் ஜீரணிப்பதில் பிரச்சனை இருக்காது.

ஃப்ரிட்ஜில் வைத்து சாப்பிடும் பழக்கம்

இன்று ஃப்ரிட்ஜ் என்பதை ஏற்கனவே சமைக்கப்பட்ட உணவுப் பதார்த்தங்களைப் பாதுகாக்கும் ஒரு இடமாகவே பயன்படுத்துகிறோம்.

ஆக , பழைய உணவைக் குப்பைத் தொட்டியில் போடாமல் வயிற்றுக்குள் போடுகிறோம். இது தவறான உணவு சேமிப்பு முறை. இப்படி வைத்துச் சாப்பிடுபவர்களுக்கு வாந்தி, பேதி, செரிமானத் தொந்தரவுகள் எனத் தொடங்கி, ஆயுளைக் குறைக்கும் நோய்கள் வரை கூடக் கொண்டு செல்லலாம். ஃப்ரிட்ஜ் உணவுப் பொருட்களைக் கெடாமல் பாதுகாக்கப் பயன்படுத்தும் ஒரு சாதனம். ஆனால், அப்படி உணவுப் பொருட்களைப் பாதுகாக்கவும் சில வழிமுறைகள் இருக்கின்றன.

பச்சை மிளகாய், பூண்டு, வெங்காயம், பரங்கிக்காய், சுரைக்காய், உருளைக்கிழங்கு, ஆரஞ்சு, எலுமிச்சை, கருவேப்பிலை, கொத்தமல்லி, வாழைப்பழம், உலர் பழங்கள் எல்லாம் ஃப்ரிட்ஜில் வைக்கக்கூடாது. மற்ற காய்கறிகளை ஒரு நாள் வைக்கலாம்.

இறைச்சி சமைத்ததாக இருந்தாலும் சரி, சமைக்காததாக இருந்தாலும் சரி ஒரு நாள் மட்டுமே ஃப்ரிட்ஜில் வைக்க வேண்டும். யோசித்துப் பாருங்கள் நடைமுறையில் இப்படி நடக்கிறதா?

இறைச்சி வெட்டப்படும்போது ஒரு நாள், அதை கடைக்காரர் சேமிப்பது ஒரு நாள், நீங்கள் ஃப்ரிட்ஜில் வைப்பது ஒரு நாள், அந்த உணவை சமைத்து வைத்திருப்பது இரண்டு நாட்கள். இப்படி ஐந்து நாட்களான இறைச்சி குடலுக்குள் சென்றால் அந்த உணவில் நச்சுத்தன்மை கூடாமல் இருந்தால் தான் ஆச்சரியம்.

இதனால் தான் நம்முடைய உணவைப் பகலில் சாப்பிடும் படி சொல்கிறார்கள். பகலில் நமது வயிற்றில் செரிமானத் தீ எரிந்து கொண்டிருக்கும் போது சீக்கிரமாகச் செரித்து விடும். முப்பது அடி குடலைக் கடந்து மலமாக வெளியேறி விடும் . ஆயுர்வேதம், உணவைத் தயாரித்த சில மணி நேரங்களிலேயே சாப்பிடுவது தான் சரியான முறை என்றும், பதப்படுத்துவது விதி மீறல் என்றும் எச்சரிக்கிறது.

சில வீடுகளில் இறைச்சியை மொத்தமாக வாங்கி வாரக்கணக்கில் வைத்துச் சமைக்கிறார்கள். அப்படிச் செய்தால் இறைச்சியில் பாக்டீரியா வேகமாக பரவும். இது பரவும் வேகத்தில் இறைச்சியில் இருக்கின்ற புரதம் அழிந்து விஷமாக மாறுகிறது.

இது அருகில் இருக்கும் மற்ற உணவுகளையும் பாதிக்கச் செய்யும். தற்போது இறைச்சியை வைக்கத் தனி அறைகள் கொண்ட ஃப்ரிட்ஜ் உண்டு என்றாலும் நாள்பட்ட இறைச்சி உடலில் செரிமானப் பிரச்னைகளை உண்டாக்கிவிடும்.

இறைச்சி சேமிக்கும் சரியான முறை

மாமிசங்களை வெட்டி, சுத்தப்படுத்தி ஜீரோ டிகிரி ஃபாரன்ஹீட் வெப்பநிலையில் ஃப்ரீஸரில் வைக்க வேண்டும்.சமைக்கும் முன் தண்ணீரில் சுத்தப்படுத்தி உபயோகிக்க வேண்டும். இப்படிப் பாதுகாக்கப்படும் போது இரண்டு மாதங்கள் வரை அது தாக்குப் பிடிக்கும். எப்படிப் பார்த்தாலும் நாள் கணக்கில் சேமித்து வைக்கக்கூடிய பொருள் அல்ல. ஆனால், தவிர்க்க முடியாத நேரங்களில் இப்படிச் செய்து கொள்ளலாம்.

குளிர்பான சகவாசம் வேண்டாம்

பொதுவாக எந்த உணவு சாப்பிடும் முன்னும் பின்னும் நீர் அருந்தக்கூடாது. அது பிரியாணிக்கும் பொருந்தும். இன்று பலரும் பிரியாணி சாப்பிடும் போது குளிர்பானம் குடிக்கிறார்கள். அப்படிக் குடிப்பதால், நாம் சாப்பிட்ட உணவில் உள்ள எண்ணெய்த் துகள்கள் கெட்டியாக்கி, ஜீரணம் தடைப்பட்டு மலச்சிக்கல் போன்ற நோய்களை வரவழைக்கிறது. இந்தப் பழக்கம் மாரடைப்பு நோய் மற்றும் இதய நோய் உள்ளவர்களின் உயிரைக் கூடச் சில சமயம் பறித்து விடும்.

நம் இந்தியக் கலாச்சாரத்தில் உணவைச் சாப்பிடும் போது மிகுந்த கவனத்தோடு இருக்கவேண்டும். நமது ஆயுர்வேத நூல்களில் சாப்பிடும் முன் அந்த உணவை விலங்குகளுக்கோ பறவைகளுக்கோ கொடுத்துச் சாப்பிட வேண்டும் என்று ஒரு விதி இருக்கிறது. அப்போது அந்த உணவில் நஞ்சு கலந்து இருக்கிறதா என்று நமக்குத் தெரிந்து விடும். அப்படி இருந்த நாம் இன்று ஒரு உணவை ஒரு சினிமா பிரபலம் விளம்பரப் படுத்திவிட்டால் கண்ணை மூடிக் கொண்டு சாப்பிடுகிறோம்.

இந்தியாவில் உள்ள பிரியாணி வகைகள்

ஒரே உணவு எண்ணற்ற வெர்ஷன்களில் கிடைக்கிறது என்ற தனிப்பெரும் பெருமை பிரியாணிக்கு இருக்கிறது. சைவமானாலும் அசைவமானாலும் நாடு முழுவதும் பிரியாணி வகைகள் பல உள்ளன. நீங்கள் ஒரு தீவிர பிரியாணிப் பிரியர் என்றால், இந்தியாவுக்கு உள்ளே இருக்கின்ற கீழ்காணும் பிரியாணி வகைகள் பற்றி அவசியம் தெரிந்து கொள்ள வேண்டும்.

ஹைதராபாதி பிரியாணி

ஹைதராபாத் என்றால் சார்மினார் நினைவுச்சின்னம் ஞாபகத்திற்கு வருகிறதோ இல்லையோ பிரியாணி கண்டிப்பாக வரும். ஹைதராபாத் நகரம் உருவாக்கப்பட்ட 1591ஆம் ஆண்டிலிருந்து சுதந்திர இந்தியாவுடன் இணையும் வரை இஸ்லாமிய மன்னர்களின்ஆட்சியின்கீழ்இருந்தகாரணத்தினாலோ என்னவோ ஹைதராபாத் உணவுகளில் துருக்கிய மற்றும் அரேபிய உணவு முறைகளின் தாக்கம் அதிகமாயிருந்தது. பாஸ்மதி அரிசி, ஹலால் மாமிசம்,

ஏலக்காய், கிராம்பு போன்ற மணமூட்டிகளை முக்கியமாகச் சேர்த்துப் பிரத்யேகமான முறையில் சமைக்கப்படும் பிரியாணியே ஹைதராபாத் உணவுகளிலேயே மிகவும் பிரபலமானது.

மற்ற பிரியாணி செய்முறைகளிலிருந்து மாறுபட்ட விதத்தில் சமைக்கப்படுவதால் கிடைக்கும் பிரத்யேகமான சுவையே ஹைதராபாதி பிரியாணி பிரபலமடையக் காரணமாகும். ஹைதராபாத்தின் மன்னர்களான நிஜாம்களின் ராஜ உபசாரத்தில் மட்டும் கிட்டத்தட்ட இருபத்தி ஆறு வகையான ஹைதராபாதி பிரியாணிகள் பரிமாறப்பட்டிருக்கின்றன.

இன்று ஹைதராபாத் பேரடைஸ் ரெஸ்டாரண்டை தவிர்த்து ஹைதராபாத் நகரின் அடையாளமான சார்மினாருக்கு அருகில் இருக்கும் ஷாதப் ரெஸ்டாரன்ட், பதேர்கட்டி என்ற இடத்தில் இருக்கும் ஹோட்டல் மதீனா மற்றும் செகந்தராபாத் ரயில் நிலையத்திற்கு எதிரில் இருக்கும் ஆல்பா ஹோட்டல் ஆகிய இடங்களிலும் பிரமாதமான ஹைதராபாதி பிரியாணி கிடைக்கும்.

தூத் கி பிரியாணி

இது ஹைதராபாதி பகுதியைச் சேர்ந்த ஒரு பிரியாணி வகை. இந்த பிரியாணியைப் பாலில் சமைப்பார்கள். பாலைக் கொண்டு சமைக்கப்படுவதால் இது வழுவழுப்பாகவும் அதீத சுவையுடனும் இருக்கும். இதைத் தயாரிக்கும் போது சிக்கன் அல்லது மட்டன் நறுக்குத் துண்டுகள் மென்மையாகும் வரை பாலில் சமைக்கப்படுகின்றன. இந்த முறை பிரியாணியில் போடப்பட வேண்டிய இறைச்சியிலிருந்து சாற்றை இளக்கிவிடுகின்றது. பின்னர், பிரியாணிக்குத் தேவையான அரிசி, அதற்கான மசாலாப்

பொருட்களுடன் சமைக்கப்படும். இறுதியாக அரிசியும் இறைச்சியும் பல்வேறு அடுக்குகளாக அடுக்கப்பட்டு, 'தம்' போடப்படுகிறது.

மோட்டி பிரியாணி

மோட்டி பிரியாணியை முத்துக்கள் கொண்ட பிரியாணி என்றும் அழைப்பார்கள். *Oudh*-ன் 5-வது அரசர் நவாப் வாஜித் அலி ஷா தான் முதல் மோட்டி பிரியாணியை உருவாக்கியவர். தனது ஆட்சியின் செழுமை மற்றும் பிரமாண்டத்தை உலகிற்கு எடுத்து உரைக்கும் வகையில், இந்த பிரியாணி பாணியை அரசர் நவாப் வாஜித் அறிமுகப்படுத்தினார். இந்த பிரியாணியில் உண்ணக்கூடிய முத்துக்கள் உள்ளன. அவை முட்டைகளைப் பயன்படுத்தி தயாரிக்கப்பட்ட பின்னர் உண்மையான தங்கம் மற்றும் வெள்ளி ஃபாயில்ஸ்களால் மூடப்பட்டு பளீர் என்ற தோற்றத்தைக் கொடுக்கும். உண்ணக்கூடிய முத்துக்களான இவை இறைச்சிக்குள் அரிசியுடன் சேர்த்து சமைக்கப்படுகின்றன.

டாக்காவின் பிரியாணி

இந்த பிரியாணி வகை மேற்கு வங்கத்தைச் சார்ந்தது. இங்கே வங்கதேசத்தின் தலைநகரம் டாக்காவின் பாணியில் இருக்கும் பிரியாணியைச் சுவைக்கலாம். இதில் மசாலா குறைவு. இந்தத் துறைமுக நகரத்திற்குப் பிரியாணி கடல் மார்க்கமாக வந்தது. இந்தப் பிராந்தியத்தை ஆங்கிலேயருக்கு முன்பு நவாப் வம்ச அரசர்கள் ஆண்டார்கள். அவர்களே பிரியாணியைக் கொண்டு வந்தார்கள் என்ற தகவல் இருக்கிறது.

வாணியம்பாடி பிரியாணி

வேலூர் மாவட்டம் வாணியம்பாடி பகுதியில் தயாரிக்கப்படும் வாணியம்பாடி பிரியாணி முழுக்க முழுக்க முகலாய உணவு முறையில் தயார் செய்யப்படுகிறது. அதாவது வேலூர் பகுதியை முன்பு ஆண்ட ஆற்காடு நவாப் அரசு, படை வீரர்களுக்கு முகலாயப் பிரியாணியைச் சமைத்துப் பரிமாறியது. அதற்குப் பின்பு தான் வேலூரின் பல பகுதிகளில் இந்தப் பிரியாணி பிரபலமாகத் தொடங்கியது.

தலச்சேரி பிரியாணி

கேரளத்தில், கோழிக்கோடு தலச்சேரி வழியாகப் படையெடுத்து வந்த நவாப்கள், அந்தப் பகுதிகளை சில காலம் ஆட்சி செய்தனர். அங்கிருந்து தலச்சேரிப் பிரியாணி என்று பரவலானது. ஜீரகசாலா என்ற அரிசியில் சமைக்கப்படுவதால் இந்த பிரியாணி தனித்துவமானது.

கேரளாவில் விளையும் நிறைய நறுமண பொருட்கள் இதில் சேர்க்கப்படுகின்றன. மிளகு, பெருஞ்சீரகம், இபட்டை மற்றும் ஜாதிக்காய் போன்றவை அவற்றில் சில. இந்த தலச்சேரிப் பிரியாணி அடைத்த பாத்திரத்தில் வைத்து தம் முறையில் சமைக்கப்படும். நெய்யில் வெங்காயம், முந்திரி மற்றும் திராட்சை ஆகியவவை பொன்னிறமாக வறுக்கப்பட்டுப் பிரியாணிதயாரானதும்அதனுடன்சேர்க்கப்படுகிறன. தலச்சேரிப் பிரியாணி கேரளாவில் மட்டும் அல்ல, இந்தியாவைத் தாண்டி உலகம் முழுவதும் அதன் ஒப்பற்ற சுவைக்காக பிரசித்தம் அடைந்திருக்கிறது .

பாம்பே பிரியாணி

மகாராஷ்டிராவின் பாம்பே பிரியாணி இந்தியா முழுவதும் தனது பரப்பை விரிவு செய்துள்ளது. பாம்பே பிரியாணி மும்பையில் உள்ள ஒரு பகுதியில் வாழும் இஸ்லாமிய சமூக மக்களால் உருவானது. இந்த வகைப் பிரியாணியில் இறைச்சியுடன் உருளைக்கிழங்கும் சேர்த்து சமைக்கப்படுவது வித்தியாசமான சுவையைத் தருவதோடு, பாம்பே பிரியாணியின் தனிச் சிறப்பாகவும் இருக்கிறது.

பத்களி பிரியாணி

பம்பாய் பிரியாணியைப் பின்பற்றித் தயாரிக்கப்படும் பத்களி பிரியாணி, கடலோரக் கர்நாடகாவில் மிகப் பிரசித்தம். கர்நாடக மாநிலம் பத்கள் என்ற பகுதியில் வாழும் நவயாத் என்னும் இஸ்லாமிய சமூகத்தினரால் இது சமைக்கப்படுகிறது. குறைந்த அளவிலான பொருட்களை சேர்த்து இந்த வகைப் பிரியாணியைச் சமைக்கிறார்கள். இறைச்சியைத் தயிரில் ஊறவைத்துச் சமைப்பதால், சாப்பிடும் போது மிகச் சரியான பதத்தில் அது இருக்கும். மற்றப் பிரியாணி வகைகளைக் காட்டிலும் இதில் வெங்காயம் அதிக அளவில் சேர்க்கப்படும்.

திண்டுக்கல் தலப்பாக்கட்டி பிரியாணி

உலகம் முழுவதும் மற்றும் தென் மாவட்டங்களிலும் திண்டுக்கல் தலப்பாக்கட்டி பிரியாணி மிகப் பிரபலம். 1957ஆம் ஆண்டு நாகசாமி நாயுடு என்பவர் ஆனந்தவிலாஸ் என்ற பிரியாணிக் கடையைத் திண்டுக்கல்லில் தொடங்கினார். சமைக்கும் போது தலைப்பாகை அணிந்து கொள்ளும் வழக்கம் உடையவர் என்பதால் அந்தக் கடை தலப்பாக்கட்டி

கடை என்று அழைக்க பெற்றது. அந்தக் கடை காலப்போக்கில் திண்டுக்கல் தலப்பாக்கட்டி பிரியாணி என்ற பெரும் வணிக அடையாளமாக வளர்ச்சி கண்டது.

முழுக்க முழுக்க சீரகச் சம்பா அரிசி மட்டுமே பிரியாணி தயாரிக்க உபயோகிக்கப்படுகிறது. மசாலா அனைத்தும் அவர்களின் சொந்த ஊரான திண்டுக்கல்லில் இருந்தே கொண்டுவரப்படுவதால் அதன் சுவை தனித்துவமானதாக இருக்கிறது. பத்து கிலோவுக்கு மேல் இருக்கும் ஆடுகளை இறைச்சிக்காக வாங்குவதில்லை என்பதை விதிமுறையாகக் கடைப்பிடிக்கின்றனர். அதன் முக்கிய காரணம் அதன் புளிப்புச் சுவைதான். அந்த புளிப்புக்கான சுவையும் நறுமணமும் கலவையான பொருட்களின் நுணுக்கமான தேர்வு மூலம் அடையப்படுகிறது.

திண்டுக்கல் பிரியாணி தயாரிக்கப் பயன்படுத்தப்படும் தண்ணீர் மற்ற மசாலாப் பொருட்களைப் போலவே மிகவும் முக்கியத்துவம் வாய்ந்ததாக இருக்கிறது.

ஆத்தூரில் உள்ள காமராஜர் ஏரியில் இருந்து வரும் தண்ணீர் திண்டுக்கல் பிரியாணியின் சுவையைக் கூட்டுகிறது என்கிறார்கள்.

'பறக்கும் சிட்டு' என்ற சீரகச் சம்பா அரிசி, மிளகு மற்றும் பச்சை மிளகாய் ஆகியவை தான் இந்த பிரியாணியை உலகளவில் சுவைக்க வைக்கக்கூடிய பொருட்களாகும்.

ஆட்டிறைச்சி செய்முறையைத் தயாரிப்பதற்கு நட்சத்திர சோம்பு, மாஸ் பவுடர் மற்றும் கிராம்புகளைப் பயன்படுத்துவது சுவையின் அளவை வேறொரு நிலைக்கு உயர்த்துகிறது.

ஆம்பூர் பிரியாணி

தமிழ்நாட்டில் மிகவும் பிரபலமான ஆம்பூர் பிரியாணி வேலூர் மாவட்டத்தில் உள்ள ஆம்பூர் என்ற சிறிய நகரத்திலிருந்து வந்தது.

இதன் சுவை தனித்து நிற்பதற்கான காரணம் இதில் சேர்க்கப்படும் கொத்தமல்லி, புதினா மற்றும் தயிர் ஆகியவற்றால் தான்.

ஆம்பூர் பிரியாணியின் ரகசிய செய்முறையை ஆற்காடு நவாபின் சமையல்காரராக இருந்த ஹுசைன் பெய்க் என்பவர் உருவாக்கினார்.

இந்தச் சுவை விரைவில் மக்களின் இதயங்களில் ஒரு பெரிய இடத்தைப் பிடித்தது. மேலும் மாநிலம் முழுவதும் பிரியாணி ரசிகர்களை உருவாக்கியது.

ஆம்பூர் பாணி பிரியாணியின் மசாலா அளவுகள் மற்றவற்றை விட வீரியக் குறைவானவை. இந்தப் பிரியாணியும் சீரகச் சம்பா அரிசி, ஆட்டிறைச்சியுடன் தயார் செய்யப்படுகிறது. இது கத்தரிக்காய் கறி மற்றும் வெள்ளரித் தயிர்ப் பச்சடியுடன் தயாரிக்கப்படுகிறது.

ஆம்பூர் ஸ்டார் பிரியாணி என்று இப்போது அழைக்கப்படும் இந்த உணவகம் .ஹுசைன் பெய்க்கின் வழித் தோன்றல்களால் நடத்தப்படுகிறது. ஒரு சிறிய ஸ்தாபனமாக ஆரம்பித்தது ஒரு நூற்றாண்டுக்குப் பிறகு வெற்றிகரமான, மிகப்பெரிய பிராண்டாக மாறியிருக்கிறது.

சங்கரன்கோவில் ஆட்டிறைச்சி பிரியாணி

திருநெல்வேலிமாவட்டத்தில்உள்ளசங்கரன்கோவில் பகுதியில் செய்யப்படும் ஆட்டிறைச்சிப் பிரியாணி மிகவும் பிரபலம். இந்தப் பிரியாணியை தூத்துக்குடி, நெல்லை, விருதுநகர் மாவட்டங்களில் வளர்க்கப்படும் கன்னி என்ற வகையைச் சேர்ந்த ஆடுகளைக் கொண்டு தயாரிக்கிறார்கள்.

முனியாண்டி விலாஸ் பிரியாணி

மதுரை மாவட்டம் திருமங்கலம் தாலுகாவில் உள்ள வடக்கம்பட்டி என்ற ஊர் "பிரியாணி கிராமம்" என்று அழைக்கப்படுகிறது. தமிழகத்தில் முனியாண்டி விலாஸ் என்ற பெயரில் உணவகங்கள் நடத்தி நளபாக சக்கரவர்த்திகளாக திகழும் உரிமையாளர்கள் ஒன்றிணைந்து வடக்கம்பட்டி கிராமத்தில் அமைந்திருக்கும் முனியாண்டி சுவாமிகளுக்கு ஆண்டுதோறும் பொங்கலிட்டு வழிபடுவது வழக்கம். அப்போது சுவாமிக்கு நூற்றுக் கணக்கான ஆடுகள் மற்றும் கோழிகளை பலியிட்டு ராட்சத அண்டாக்களில் பிரியாணி தயாரித்து பக்தர்களுக்குப் பிரசாதமாக வழங்குகிறார்கள். இதனால் திருமங்கலம் தாலுகா கள்ளிக்குடி அருகேயுள்ள வடக்கம்பட்டி என்ற கிராமத்தை பிரியாணி கிராமம் என்று கொஞ்சுகிறார்கள்.

ராவுத்தர் பிரியாணி

ராவுத்தர் பிரியாணி என்பது ராவுத்தர் முஸ்லிம் சமூகத்தால் அறிமுகப்படுத்தப்பட்ட ஒரு சிறப்பு வகை தம் பிரியாணி.இது கேரளாவில் பாலக்காடு மாவட்டத்திலும், தமிழ்நாட்டில் கோயம்புத்தூர் மாவட்டத்திலும் பிரபலம்.

உதட்டைச் சுழித்துச் சப்புக் கொட்ட வைக்கும் ராவுத்தர் பிரியாணி அதற்கென்று இருக்கும் தனித்துவமான பிரத்தியேக மசாலாப் பொருட்கள் மற்றும் ஆட்டிறைச்சியைப் பயன்படுத்தித் தயாரிக்கப்படுகிறது.

இந்தச் செழிப்பான பிரியாணி, தக்காளி மற்றும் காஷ்மீரி சிவப்பு மிளகாய் தூள் ஆகியவற்றின் ஏராளமான பயன்பாடு காரணமாக சிவப்பு நிறத்தில் உள்ளது. இந்தப் பிரியாணி தயாரிப்பதற்கு தலச்சேரி பிரியாணியில் பயன்படுத்தும் அதே ஜீரகசாலா அரிசி தான் பயன்படுகிறது.

சிறப்பு ராவுத்தர் பிரியாணி கொண்டாட்டங்கள் மற்றும் திருமணங்களின் போது தயாரிக்கப்படுகிறது. இது 'கைச்சர்' எனப்படும் சிறப்புத் துணை உணவோடு உட்கொள்ளப்படுகிறது.

செட்டிநாடு பிரியாணி

செட்டிநாட்டு நிலத்தில் இருந்து கிடைக்கும் உணவுகள் நம்மைச் சுவையுடன் மகிழ்விக்கும் என்பதில் சந்தேகம் இல்லை. செட்டிநாடு பிரியாணியை அதிக சிரமமின்றி ஒரு பாத்திரத்தை மட்டும் பயன்படுத்திச் செய்யலாம். இது மற்ற தம் பிரியாணிகளைப் போலவே காரமாகவும் சுவையாகவும் இருக்கும்.

செட்டிநாட்டு பாணி பிரியாணி மசாலா வித்தியாசமானது. மேலும் இங்கு பயன்படுத்தப்படும் அரிசி ஜீரக சம்பா ஆகும். நெஞ்சு எலும்புக் குழம்பு என்னும் ஒரு கசப்பான ஆட்டு இறைச்சிக் குழம்பு, எந்த உணவுப் பிரியர்களுக்கும் உறுதியான சுவையளிக்கும் சிறந்த துணை உணவாக

பிரியாணியோடு பரிமாறப்படும். பிரியாணியில் வறுத்த வெங்காயம் மற்றும் கறிவேப்பிலை சேர்த்து, சில சமயங்களில் தேங்காய்ப் பாலுடன் கலந்து ஒரு குறிப்பிடத்தக்க சுவையை நமக்குத் தரும்.

செட்டிநாடு பாணி உணவுகள் அனைத்தும் நன்கு காரசாரமாகவும், மசாலா சேர்த்து சுவையாகவும் இருக்கும். அந்த வகையில் அதில் மிகவும் பிரபலமான ஒன்று தான் செட்டிநாடு பிரியாணி சற்றுப் பொறுமையுடன் செய்தால், சுவை அதிகமாக இருக்கும்.

கல்கத்தா பிரியாணி

1856-ல் கல்கத்தாவை ஆண்ட நவாப் வாஜித் அலி ஷா கல்கத்தா பிரியாணியை உருவாக்கிப் பரப்பினார். லக்னோ அவாதி பிரியாணியை ஒத்து இருக்கும் கல்கத்தா பிரியாணியின் செய்முறை. மற்ற பிரியாணி வகைகளோடு ஒப்பிட்டுப் பார்க்கும் போது, இது சற்றுக் காரம் குறைந்ததாகவும், இறைச்சி குறைவாகவும் இருக்கும். கல்கத்தா பிரியாணியில் உருளைக் கிழங்கு, முட்டை, குங்குமப்பூ மற்றும் ஜாதிக்காய் ஆகியன சேர்த்து சமைக்கப்படுகிறன. இதனால் இதன் மணம் மனதை அள்ளும்.

ஆங்கிலேயர்கள் பிரியாணியைத் தடை செய்த போது நவாப் வாஜித் அலி ஷா, கல்கத்தாவில் அசைவ பிரியாணி போன்ற சுவை மற்றும் சத்துடன் கூடிய உணவை மீண்டும் உருவாக்க விரும்பினார். தடை காரணமாக இறைச்சி கிடைக்கவில்லை. ஆகவே, உள்ளூர் சமையல்காரர்கள் இறைச்சிக்கு மாற்றாக வறுத்த உருளைக்கிழங்கைப் பயன்படுத்திப் பிரியாணி செய்தனர். நல்ல சுவையுடன் கூடிய இந்த

உணவு அசைவ பிரியாணிக்கு ஒத்த ருசியை மணம் மற்றும் தோற்றத்தை கொடுத்தது.

பின்னாளில் இந்தச் செய்முறையை அடியொற்றியே தாகிரி பிரியாணி தென்னிந்தியாவில் பிரபலமானது. மைசூர் திப்பு சுல்தான் தன் கோட்டையில் பல சைவ இந்து சமையல்காரர்கள் மூலம், வெறும் காய்கறிளை வைத்து இதைச் சமைத்துப் பரப்பினார். சைவப் பிரியாணியை விரும்புபவர்களுக்குச் சிறந்த தேர்வு இந்த தாகிரி கல்கத்தா பிரியாணி.

ஆச்சாரி பிரியாணி

இந்த ஆச்சாரி பிரியாணியில் 'ஆச்சாரி மசாலா' எனப்படும் பிரத்தியேகமான மசாலா கலக்கப்படுவதே இதன் தனிப்பெரும் சிறப்பு. அந்த மசாலாவில் பெருஞ்சீரகம், கொத்தமல்லி விதைகள், வெங்காய விதைகள், வெந்தயம், கடுகு, உலர்ந்த மாங்காய் தூள் மற்றும் பல சுவையூட்டும் பொருட்கள் சேர்க்கப்படுகின்றன.

மொரதாபாத் பிரியாணி

மொரதாபாத் பிரியாணி வடக்கு உத்திரப்பிரதேசம், தில்லி ராஜஸ்தான் போன்ற இடங்களில் மிகப் பிரபலம். இது அந்தந்த ஊரின் ரசனைக்கேற்ப மாற்றப்பட்டு சமைக்கப் பெறுகிறது. ராஜஸ்தானில் இருக்கும் ஆஜ்மீர் சூஃபி தர்காவிற்கு வரும் பக்தர்களுக்கு, இந்தப் பிரியாணியை பிரசாதமாக வழங்குகிறார்கள்.

மலபார் - மாப்ளா பிரியாணி

கேரளாவின் தலச்சேரி பிரியாணியை போலவே மலபார் - மாப்ளா பிரியாணி மிகப் பிரபலம். ஒரு காலத்தில் மீன் பிரியாணியும் மற்றும் இறால் பிரியாணியும் இருந்தன. இப்போது கோழி இறைச்சிப் பிரியாணியும், ஆட்டிறைச்சிப் பிரியாணியும் சமைக்க ஆரம்பித்துவிட்டார்கள். இந்த உணவில் மசாலா சற்றுத் தூக்கலாக இருக்கும்.

முகலாய் பிரியாணி

முகலாயர்களின் வருகையால் இந்தப் பிரியாணி நம் நாட்டுக்குள் நுழைந்தது. நாடு முழுவதும் பிரபலமாக இருக்கும் இந்த வகைப் பிரியாணி, தற்போதும் பாரம்பரிய முறைப்படி தயாரிக்கப்படுகிறது. இதனால் இதன் தன்மை அசலில் இருந்து மாறவில்லை. முகலாயர் காலத்தில் அரசவை சமையல்காரர்கள் சிவப்பு இறைச்சி துண்டுகள் மீது, மசாலாப் பொருட்களின் கலவையை ஊற்றி மெது வெப்பச் சமையல் முறையில் அரிசியுடன் கலந்து பிரியாணி சமைத்தார்கள்.

லக்னோ கோழி இறைச்சி பிரியாணி

இன்றைய லக்னோவான அவத் பகுதியை நவாப்கள் ஆண்ட காலத்தில் சுவையான பிரியாணி வகைகள் மிகவும் புகழ் பெற்றிருந்தன. அவர்கள் தயாரித்த பிரியாணி “அவாதி பிரியாணி” என இந்தியா முழுவதும் பரவ ஆரம்பித்தது. லக்னோ மற்றும் அதன் சுற்று வட்டாரப் பகுதிகளில் பேசப்பட்டு வந்த அவதி என்ற மொழியின் பெயரில் இருந்து மருவி அவாதி என்ற பெயர் இந்த பிரியாணிக்கு வந்தது. சுவையான பிரியாணி வகைகளில் முதன்மையான இது, லக்னோ பிரியாணி என்றும் அழைக்கப்படுகிறது.

லக்னோவில் ஷீக் கபாப், ஷாமி கபாப், முர்க் முசல்லம், ஷாகி குர்மா, பிரியாணி ஆகியவை விட லக்னோ சிக்கன் பிரியாணி மிக பிரபலம்.

இந்தியாவில் எந்தப் பகுதியில் கிடைக்கும் எந்த வட்டார பிரியாணியாக இருந்தாலும், அதில் எந்த விதமான மசாலாப் பொருட்களை அவரவர் ரசனைக்கு ஏற்ப சேர்த்தாலும் அதை எந்த வாய் வேண்டாம் என்று சொல்லும்?

ஃபாரீன் சரக்கு

இன்றெல்லாம் வெளிநாட்டில் கிடைக்கும் அனைத்துப் பொருட்களும் வர்த்தக வளர்ச்சி மூலமாக இந்தியாவிலும் கிடைக்கிறது. அப்படி இருந்தும் வெளிநாட்டில் இருந்து யாரேனும் வந்தால் ஃபாரீன் சென்ட்,சாக்லேட் வாங்கிட்டு வந்தீங்களா? என்று கேட்கிறோம். நம் நாட்டில் பயன்படாது என்று தெரிந்தும் கூட அயல்நாட்டின் நாணயங்களை வாங்கிச் சேமிக்கிறோம். அதற்குக் காரணம் புது விஷயங்களில் நமக்கு இருக்கும் மோகம் தான்.

அந்த வகையில் வெளிநாடுகளில் கிடைக்கும் சில பிரியாணி வகைகளைப் பற்றி இங்கு பார்க்கலாம்.

டன் பாக் பிரியாணி

மியான்மர் நாட்டில் டன் பாக் என்றொரு பிரியாணி வகை உள்ளது. டன் பாக் என்ற வார்த்தை பாரசீக மொழியான "தம் புகட்" *(Dum Pukht)* வார்த்தையிலிருந்து மருவி வந்துள்ளது. தம் புகட் என்ற வார்த்தைக்கு மெதுவாக அடுப்பில் சமைக்கும் நுட்பம் என்று பொருள்.

மியான்மர் நாட்டில் புத்தாண்டு, கல்யாணம் போன்ற விசேஷ தினங்களில் அல்லது அன்னதானம் கொடுக்கும் பொழுது டன் பாக் பிரியாணியை அந்நாட்டின் மக்கள் செய்து சாப்பிட்டு வருகின்றனர்.

இந்தப் பிரியாணி அந்நாட்டில் பெரும்பாலும் முஸ்லிம்கள் நடத்தும் உணவகங்களில் கிடைக்கும்.

இந்தப் பிரியாணியில் முந்திரி பருப்பு, *Yogurt* தயிர், கிஸ்மிஸ், பட்டாணி, கோழிக்கறி, கிராம்பு, ஏலக்காய், குங்குமப்பூ, புன்னைஇலை போன்ற மசாலாக்களோடு நீளமான அரிசியும் சேர்த்துச் சமைக்கிறார்கள்.

பொடியாக நறுக்கிய வெங்காயம், முட்டைக்கோஸ், வெள்ளரிக்காய், பதம் செய்த எலுமிச்சை, வறுக்கப்பட்ட காய்ந்த மிளகாய் போன்ற துணை உணவுகள் இந்த பிரியாணிக்குக் கொடுக்கப்படுகின்றன.

ஈராக் நாட்டு பிரியாணி

இந்த நாட்டு மக்கள் பிரியாணியில் குங்குமப்பூ சேர்க்கும் வழக்கத்தைப் பாரம்பரியமாகக் கொண்டுள்ளனர். கோழி, ஆட்டிறைச்சி, மீன், இறால் போன்ற இறைச்சிகளைப் பிரியாணி செய்யப் பயன்படுத்துகிறார்கள். அசரியன்ஸ் *(Assyrians)* என்பவர்கள் மத்தியில் இது மிகவும் பிரபலமான உணவாக இருக்கிறது. இது மட்டுமல்லாது ஈராக்கில் நிறையப் பிரியாணி வகைகள் இருக்கின்றன. சேமியா, வறுத்த வெங்காயம், வறுத்த உருளைக்கிழங்கு துண்டுகள், பாதாம், கிஸ்மிஸ் போன்ற உணவுப் பொருட்களை பிரியாணியோடு சேர்த்து சாப்பிடும் பழக்கம் இவர்களுடையது. புளிப்பும் காரமும் கலந்த

தக்காளி சாஸ் பிரியாணிக்கு துணை உணவாகக் கொடுக்கப்படுகிறது.

ஈரான் நாட்டில் சாவித் சாம்ராஜ்யம் 1501முதல் 1736 வரை இருந்தது. அப்போது ப்ரியன் போலோ *(Briyan polo)* என்ற ஒரு பிரியாணி வகையைப் பின்வரும் சில செய்முறைக் குறிப்புகளை அடிப்படையாக கொண்டு செய்துள்ளனர்.

கோழி இறைச்சி அல்லது ஆட்டிறைச்சியை முதல் நாள் இரவு முழுக்கத் தயிரில் புளிக்க வைப்பார்கள். இதனால் இறைச்சி மிகவும் மிருதுவாகப் பஞ்சு போல மாறிவிடும். மறுநாள் காலை பிரியாணி செய்யத் தேவையான தயிர், உலர் பழங்கள், மாதுளம் பழ விதைகள், வாசனை மற்றும் மசாலா பொருட்கள் என்பவற்றோடு ஊற வைத்த கறியையும் சேர்த்து தந்தூரி அடுப்பில் வேக வைப்பார்கள். இந்த செய்முறையாலே ஈராக் மக்களை இந்தப் பிரியாணி தன் வசப்படுத்தியது.

ஆப்கன் பிரியாணி

ஆப்கன் நாட்டில் பிரியாணி, ப்ரியன் என்று பிரியத்துடன் அழைக்கப்படுகிறது. இந்த பிரியாணியோடு சாப்பிட யாக்னி *(Yakhni)* என்ற கிரேவியைக் கொடுக்கிறார்கள். அது மட்டுமல்லாது இந்தியாவில் பிரியாணியோடு நாம் சேர்த்துச் சாப்பிடும் துணை உணவுகளே இங்கும் பரிமாறப்படுகின்றன. இந்தப் பிரியாணி வகையைச் செய்ய குறைவான இறைச்சி போதும். விலையுயர்ந்த உலர் பழங்கள் தான் அதிகம் தேவை. இறைச்சியைக் கண்டுபிடிக்க முடியாதயளவு சிறு துண்டுகளாக வெட்டிப் போட்டுக் கொடுப்பார்கள்.

இந்தோனேசியாவின் பிரியாணி

இந்தோனேசியாவில் நாசி கெபுலி *(Nasi Kepuli)* என்று ஒரு பிரியாணி வகை இருக்கிறது. இந்த உணவை அந்நாட்டின் நகர்ப்புறத்தில் இருக்கும் மக்கள் ஒரு விதமாகச் செய்கிறார்கள்.

அந்த செய்முறை பின்வருமாறு: அரிசி வேக வைக்கும் முன்பு அதில் மசாலா பொருட்களைப் போட்டு விடுகிறார்கள். அரிசி வேகும்போது அதன் மேல் ஆட்டுக்கறியைப் போட்டு பால் ஊற்றிப் புதுவிதமாக இந்தப் பிரியாணியைச் செய்கிறார்கள்.

அந்நாட்டில் கிராமப்புற மக்கள் செய்யும் நாசி கபுலி பிரியாணி வகை, இந்திய இந்தோனேசியக் கலவையாக இருக்கும்.

மலேசியா மற்றும் சிங்கப்பூர் பிரியாணி

நாசி பிரியாணி மலேசியா சிங்கப்பூர் நாடுகளில் பிரபலமான ஒன்று. இந்நாடுகளில் இருக்கும் மாமக் ஸ்டால்கள், ஃபுட் கோட்டுகள், ஹவ்கர் போன்ற பல உணவங்காடிகளில் இந்த வகையான பிரியாணியை மக்கள் அன்றாடம் சாப்பிடுவதைப் பார்க்க முடியும்.

மொரிஷியஸின் பிரியாணி

இந்நாட்டின் மக்கள் பிரியாணியை மிகவும் ரசித்து உண்கிறார்கள். குறிப்பாக இந்திய வம்சாவளியைச் சேர்ந்த இந்து, முஸ்லிம் கல்யாண விசேஷ நிகழ்ச்சிகள் இந்த பிரியாணியால் களை கட்டுகின்றன.

பிலிப்பைன்ஸின் பிரியாணி

இந்த தேசத்தில் நேசிங் பிரிங்யி *(Nasing biringyi)* என்ற ஒரு சிறப்பு பிரியாணி வகை உண்டு. இது கோழி இறைச்சி மற்றும் குங்குமப்பூ கொண்டு தயார் செய்யப்படும். கல்யாணம் மற்றும் குடும்ப விழாக்களில் பெரும்பாலும் சமைக்கப்படுகிறது. மற்ற நாட்களில் சமைப்பது குறைவு தான். இந்த உணவு இப்போது ஸ்பெயின் நாட்டின் உணவான பாஏலா *(Paella)* உடன் கலந்து பிரேங் *(Bringhe)* என்ற உணவாக மாற்றம் கண்டுள்ளது.

தென்னாப்பிரிக்காவின் பிரியாணி

இங்கு கேப் மலாய்ஸ் (*Cape Malays*) கலாசாரத்தில் பிரியாணி வகை ஒன்றைச் செய்கிறார்கள். இந்தப் பிரியாணியில் தானிய வகைகள் பிரதானமானவை. மாட்டுக்கறி, கோழிக்கறி, மீன் போன்ற இறைச்சி வகைகளும் காய்கறிகளும் குறைவாகவே பயன்படுத்தப்படுகின்றன. வெகு சிலர் மட்டுமே தம் போட்டு அந்த பிரியாணியைச் செய்கிறார்கள். இவர்கள் பயன்படுத்தும் மசாலாப் பொருட்கள் இந்தியாவில் நாம் பயன்படுத்துபவை தான்.

தாய்லாந்தின் பிரியாணி

தாய்லாந்தில் பிரியாணியை கௌ மௌக் *(Khao Mhok)* என்று அழைக்கிறார்கள். கோழி இறைச்சி, மாட்டிறைச்சி, மீன் போன்ற உணவுகளைப் பயன்படுத்திப் பிரியாணியைச் செய்கிறார்கள். பொதுவாக நிறையப் பூண்டு போட்டு பிரியாணி சமைக்கும் வழக்கம் இவர்களிடம் உண்டு. கசப்பான சாஸ் வகைகளை பிரியாணியுடன் சேர்த்துச் சாப்பிடும் பழக்கமும் வைத்திருக்கிறார்கள்.

பிரியாணி போலே இருக்கும் உணவுகள்

நாம் பழமையை மதிப்பவர்கள். அதனால் தான் நமது ஊன் சோறு மறுபடியும் நமக்கு பிரியாணியாக வந்த போது அணைத்துக் கொண்டோம். சொந்த ஊர்க்காரனை பார்த்தால் ஒரு நெருக்கம் வருவதற்கு காரணமும் இது தான். அது போல நமக்குப் பிடித்த உணவான பிரியாணியை ஒட்டி இருக்கும் சில உணவுகளை இங்கே பார்க்கப் போகிறோம்.

ஃப்ரைடு ரைஸ்

சீனாவில் சாதாரண கடை முதல் நட்சத்திர உணவகம் வரை அதிகம் விற்கப்படும் ஒரு உணவு ஃப்ரைடு ரைஸ். ஒரு கடாயில் முட்டை, காய்கறிகள், இறைச்சி, மசாலா போன்றவற்றை ஒன்றாக சேர்த்து வறுத்து , அவற்றுடன் ஏற்கனவே வேக வைத்து ஆறவைத்த சோற்றையும் கலந்து வறுத்து எடுப்பதே இதன் செய்முறை. எப்படிச் சப்பாத்திக்குத் துணை உணவு இல்லாமல் சாப்பிட முடியதோ, அதே போல் ஏதாவது ஒரு துணை உணவு இல்லாமல் இந்த

உணவைச் சாப்பிட முடியாது. அதிலும் காரச்சுவைக்கு அடிமையாகிக்கிடக்கும் நம் இந்திய நாவுக்கு குறைந்த பட்சம், மிளகாய் சாஸூம் மிளகுத்தூளுமாவது ஆவது அவசியம் இருக்க வேண்டும்.

இன்று அனைத்துப் பிரியாணிக் கடைகளிலும் பிரியாணிக்குப் போட்டியாக இருப்பதும் இந்த உணவு தான். ஆசிய நாடுகளில் மற்றும் அரிசி சாப்பிடும் நாடுகளில் இந்த உணவு அதிகம் சாப்பிடப்படுகிறது.

பிரியாணி போல அல்லாமல் அதிகபட்சம் ஒரு முப்பது நிமிடத்திற்குள் இந்த உணவை செய்துவிடலாம். ஆனால், ஒரு மணி நேரத்திற்குப் பின்னால் இதைச் சாப்பிட முடியாது. ஆறிப் போனால் யாரும் சீண்ட மாட்டார்கள். சாதாரண உணவு போல இருந்தாலும் இந்த உணவுக்கென்று சில சுவாரஸ்யமான கதைகள் இருக்கின்றன.

சீனர்கள் சாப்பிடாத இறைச்சி இல்லை. கிட்டத்தட்ட மனிதனை தவிர அனைத்தையும் சாப்பிடுவதில் வல்லவர்கள். ஆனால், அவர்களுக்குள்ளும் ஏழைகள் இருக்கிறார்கள். அந்தக் குறிப்பிட்ட மக்களால் இறைச்சிக்கு நிறைய பணம் செலவு செய்ய முடியாத போது அரிசியைத் தங்களது உணவுகளில் கொண்டு வர ஆரம்பித்தார்கள் .

அப்படி அரிசிச் சோறு சமைக்கும் போது மீந்து போன சாதத்தை ஒரு கடாயில் கொட்டி அதில் முட்டை, சிக்கன், காய்கறிகள், சோயா சாஸ் முதலானவற்றை ஊற்றி வறுத்த போது ஃப்ரைடு ரைஸ் என்ற உணவு பிறந்தது.

சீனா நாட்டில் ஆறாம் நூற்றாண்டில் சுய் சாம்ராஜ்ஜியம் (*Sui dynasty*) இருந்தது. அந்தக்

காலத்தில் வாழ்ந்த மக்கள் ஃப்ரைடு ரைஸ் போன்ற உணவை சாப்பிட்டிருக்கிறார்கள் என்பதற்கான குறிப்புகள் இருக்கின்றன. அது மட்டுமில்லாது மிங் சாம்ராஜ்ஜியத்தின் போது தான் அசைத்து அசைத்து வறுக்கும் நுட்பத்தைக் கண்டுபிடித்தார்கள். இந்த முறையில் தான் இன்றும் நாம் இந்த உணவைச் செய்கிறோம்.

சீனாவைத் தாயகமாகக் கொண்ட இந்த உணவு, உலகம் முழுக்க ஒவ்வொரு கலாச்சாரத்திற்கும் ஏற்றவாறு மாற்றம் செய்யப்பட்டுச் சமைக்கப்படுகிறது. எந்த ஒரு உணவையும் அதன் அடிநாதம் குறையாமல் செய்ய வேண்டும். ஃப்ரைடு ரைஸ் உணவின் அடிநாதம் சில நுணுக்கங்களில் இருக்கிறது. அதைக் கடைப்பிடிக்கமால் செய்தால் ருசி இருக்காது.

முட்டை

பாரம்பரிய ஃப்ரைடு ரைஸ் வகையில் முட்டையைப் பயன்படுத்தி மட்டுமே செய்து இருக்கிறார்கள். முட்டை இல்லாமல் நீங்கள் செய்யும் எதுவும் ஃப்ரைடு ரைஸ் ஆகாது .முட்டை தான் அந்த உணவுக்கு அதீத சுவையைத் தருகிறது. ஆனால் இன்று முட்டை ஃப்ரைடு ரைஸ் என்று ஒரு வகை இருப்பதை அறிவீர்கள். முட்டை இல்லாமல் மட்டன் சிக்கன் போட்டுச் செய்தாலும் அதன் அசல் சுவை போய்விடும்.

பழைய சோறு

சீனாவில் இன்னும் பல உணவகங்களில் பாரம்பரிய முறைப்படி செய்ய வேண்டும் என்பதற்காகச் சோற்றைப் பழையதாக மாற்றுகிறார்கள். விடியற்காலை சோற்றைச் சமைத்து விடுகிறார்கள்.

அது மாலையில் ஃப்ரைடு ரைஸ் தயாரிக்க உகந்ததாக மாறுகிறது.

அதிக தீ

இந்த உணவை அதிகத் தீயில், அதாவது சுமார் *1200* டிகிரி செல்சியஸ் வெப்பத்தில் தான் செய்ய வேண்டும்.

அதிகமான பொருட்களை சேர்ப்பது

இப்போது நான் உங்களுக்கு மட்டன் குழம்பு செய்து கொடுக்கிறேன் . என்று வைத்துக் கொள்ளுங்கள். அந்தக் குழம்பில் இரண்டு மட்டன் துண்டுகள் மட்டும் இருக்கின்றன. ஆனால் காய்கறிகள் அதிகமாக இருந்தால் அது மட்டன் குழம்பு என்று ஏற்றுக் கொள்வீர்களா? . கையில் பொருள் இருக்கிறது என்பதற்காக அதிகமாகச் சேர்த்தால் சுவை கெட்டுவிடும்.

எந்த ஒரு உணவும் அதன் பெயருக்கு நியாயம் செய்வத்துவதாக இருக்க வேண்டும். அது ஃப்ரைடு ரைஸ்க்கும் பொருந்தும். சோற்றின் அளவு அதிகமாக இருக்கவேண்டும்.

அமெரிக்காவில் ஃப்ரைடு ரைஸ்

எப்படி ஒரு பிச்சைக்காரன் தட்டில் நான்கு வீட்டில் வாங்கிய சாப்பாடு ஒன்றாக இருக்குமோ அதே மாதிரி தான் அமெரிக்காவில் ஃப்ரைடு ரைஸ். அமெரிக்கன் ஃப்ரைடு ரைஸ் சீனாவில் இருக்கும் ஃப்ரைடு ரைஸ் மாதிரி இருக்காது. அந்த உணவில் அமெரிக்கர்கள் விரும்பி சாப்பிடும் சன்னி எக்ஸ் (*sunny eggs*), ஹேம் (பர்கர் நடுவில் வைப்பார்களே வட்ட வடிவில் ஒரு இறைச்சி அதற்கு பெயர் தான் *ham*), ஸாஸேஜஸ்

(sausages) , எல்லாம் கலந்து இருக்கும். அரிசி உணவை அதிகம் சாப்பிடாத அமெரிக்காவில் ஃப்ரைடு ரைஸ் எப்படி வந்தது என்று இதுவரை யாருக்கும் தெரியவில்லை.

இந்த உணவு உருவானதற்கு ஒரு டஜன் கதைகள் இருக்கின்றன.. அதில் சிலவற்றை இங்கே பார்ப்போம்.

Khun Ying Sureepan Maneewat என்ற பெண் இந்த உணவைத் தான் கண்டுபிடித்தாக உரிமை கோருகிறார் இவர் ரட்சதானி உணவகம் என்று ஒரு உணவகத்தில் மேலாளராக வேலை செய்து வந்தார். அந்த உணவகம் *Don Mueang* விமான நிலையத்தில் இருந்தது. அந்த உணவகம் நிறைய உணவு விநியோகம் செய்து கொண்டிருந்தது. ஒரு நாள் ஒரு விமானம் ரத்தான படியால் நிறைய அமெரிக்க உணவுகள் மீந்துபோயின. *Sureepan Maneewat* அந்த உணவுகளை வைத்தும் கொஞ்சம் சோற்றை வைத்தும் ஒரு உணவு தயாரித்தார். அந்த உணவு தான் பின்னாளில் அமெரிக்கன் ஃப்ரைடு ரைஸ் என்றானது என்கிறார். விமானம் ரத்தாகும் போதும், உணவகத்தில் உணவு மீந்துபோகும் போது அதை ஃப்ரைடு ரைஸாக மாற்றி விற்றாராம்.

அமெரிக்க ஃபிரைட் ரைஸில் பயன்படுத்தப்படும் அனைத்து சமையல் நுட்பங்களும் பொருட்களும் தென்அமெரிக்காவில் உள்ள "மெக்சிகன் ரைஸ்" என்ற உணவைப் போலவே இருக்கின்றன. மெக்சிகன் ரைஸ் பெரும்பாலும் வறுத்த முட்டை, வறுத்த கோழி, மிருதுவான பன்றி இறைச்சி போன்ற பல்வேறு துணை உணவுகளுடன் பரிமாறப்படுகிறது.

மந்தி பிரியாணி

இங்கே நாம் சாப்பிடும் மந்தி பிரியாணியின் உண்மையான பெயர் ‘மண்டி’ மட்டும் தான்."மண்டி" என்ற சொல் அரபு வார்த்தையான "நாடா" என்பதிலிருந்து வந்தது.இறைச்சியின் ஈரமான தன்மை என்று அதற்கு அர்த்தமாகும்.

மண்டி, பிரியாணி போல இருப்பதால் அதை மந்தி பிரியாணி என்று ஆக்கிவிட்டார்கள். மண்டி ஏமன் நாட்டின் பாரம்பரிய உணவு வகைகளில் ஒன்று.

இட்லியைச் சாப்பிட்டுத் தோசை மாதிரி இல்லையே என்று சொன்னால் எப்படி இருக்கும்? அதே போல இதைச் சாப்பிட்ட பலரும் இது நெய் சோறு மாதிரித் தானே இருக்கின்றது என்று சொல்கிறார்கள்.

இது பிரியாணி போன்று இருக்கும் ஒரு உணவு. இதனுடைய தயாரிப்பு முறை வேறு. இறைச்சியாக ஆட்டுக்குட்டி, ஒட்டகம், ஆடு, கோழி போன்வற்றுள் ஏதோ ஒன்றைத் தேர்வு செய்து கொள்வார்கள் . அதனோடு அரிசியையும் சேர்த்து இடுவார்கள்.

மந்தி பிரியாணியைப் பொறுத்தவரை, ஒரு முழு ஆட்டின் தலையை வெட்டி, தோலை உரித்து, குடலை நீக்கி முழுமையாக சுத்தப்படுத்தி விடுவார்கள். அதன்பின் ஹவாய் என்கின்ற ஏமன் நாட்டின் மசாலாப் பொருள்களை அரைத்து, ஆட்டின் உடல் முழுதும் பூசி ஒருமணி நேரம் ஊறவிடுவார்கள். அந்த மசாலாவைத் தேவையான அளவு பிரியாணி அரிசியுடனும் கலந்து கொள்வார்கள். பிறகு குடல் நீக்கிய ஆட்டின் வயிற்றுப்பகுதியில் மசாலா கலந்த பிரியாணி அரிசியை வைப்பார்கள் . ஸ்பெஷலாகத் தயாரிக்கப்பட்ட ஸ்டாண்டில் ஆட்டை நின்ற

நிலையில் வைத்து, தரையில் குழி செய்து உருவாக்கிய தந்தூரி அடுப்பில் இறக்கிவிடுவார்கள் . பிறகு மேல் மூடி போட்டு, அதன் மேலே மண்ணால் பூசி விடுவார்கள். ஆட்டின் உடம்பில் உள்ள நீரிலேயே அரிசி வெந்து மண்டி தயாராகிவிடும்.

நிறைய அளவு மற்றும் மெது வெப்ப முறையில் இதைச் செய்வதால் இந்த உணவைச் சமைக்க மொத்தம் எட்டு மணி நேரம் எடுக்கிறது.

பந்திக்கு முந்துவது போல மந்திக்கும் முந்த வேண்டும். ஒரு பெரிய தாம்பாளத்தில் கோழியாக இருந்தால் ஒரு முழு கோழி, ஆடாக இருந்தால் ஒரு முழு ஆட்டுக்குட்டி சமைத்துப் பரிமாறுவார்கள். ஆடு பெரியதாக இருந்தால் சப்பை மட்டும் வைப்பார்கள். அதைக் கூட்டாக நான்கு ஐந்து பேர் சேர்ந்து கும்மாளம் அடித்துச் சாப்பிடலாம். நந்தி மாதிரி உட்கார்ந்தால் மற்றவர்கள் சாப்பிட்டு விடுவார்கள். இதை விற்கும் உணவகங்கள் இன்று தமிழ்நாட்டில் நிறைய வந்துவிட்டன. ஏமன், அரபு நாடுகளில் இருக்கும் உணவக அமைப்புகள் போல். குடும்ப அறை நண்பர்கள் அறை, ஐந்து பேர் பத்து பேர் சாப்பிடும் அறைகள் வந்துவிட்டன. முந்தியடித்து சாப்பிட்டு முடித்தால் அந்த இடத்தை விட்டு நகர முடியாதவாறு தூக்கம் கண்ணைக் கட்டும்.

கப்சா

சவுதி அரேபியா மட்டுமில்லாமல் குவைத், பஹ்ரைன், கத்தார், ஐக்கிய அரபு எமிரேட்ஸ், ஓமன்,ஏமன் போன்ற நாடுகளின் தேசிய உணவு தான் இந்த கப்சா.

பாரசீக மற்றும் இந்தியப் பிரியாணிகளால் பெரிதும் ஈர்க்கப்பட்டு இந்த உணவைத் தயார் செய்தார்கள்.

இந்த உணவைக் கோழி, ஆட்டுக்குட்டி, ஒட்டக இறைச்சி, மீன் அல்லது இறால் போன்றவற்றைக் கொண்டு செய்கிறார்கள் .

மண்டி போல இதையும் ஒரு பெரிய தட்டில் எல்லோரும் சாப்பிடும் படி முழு உணவாகப் பரிமாறுகிறார்கள்.

மக்லூபா

ஈராக், லெபனான், பாலஸ்தீனியம் ,ஜோர்டானியன், மற்றும் சிரியன் லெவன்ட் போன்ற நாடுகளின் பாரம்பரிய உணவு தான் இந்த மக்லூபா.மக்லூபா என்றால் "தலைகீழாக" என்ற அர்த்தமாகும்.

பிரியாணியைப் போல இதையும் இறைச்சி, அரிசி மற்றும் வறுத்த காய்கறிகளைக் கொண்டு தயார் செய்கிறார்கள். பரிமாறப்படும் ஒரு பெரிய தட்டில் அடியில் காய்கறிகள், அதன் மேல் இறைச்சி, அதன் மேல் சோறு போட்டு தலைகீழாகக் கொடுப்பது இந்த உணவின் பாணி. பைன் கொட்டைகள் மற்றும் நறுக்கப்பட்ட பார்ஸ்லி கொண்டு அரிசியின் மேல் அலங்கரிப்பார்கள்.

13ம் நூற்றாண்டின் சமையல் குறிப்புகளின் தொகுப்பு நூலான கிதாப் அல்-தாபிக்கில் இந்த உணவு பற்றிய தகவல் கிடைக்கிறது.

புலாவ்

அரிசி, இறைச்சி, இறைச்சியின் சூப், காய்கறிகள், மற்றும் மசாலாப் பொருட்கள் சேர்த்துச் செய்யும் உணவு தான் புலாவ். இந்த உணவின் பிறப்பிடம் இந்தியா. இந்தியாவில் இருந்தே இந்த உணவு உலகெங்கும் பரவியிருக்கிறது. மஹாபாரதத்தில்

அரிசியையும் இறைச்சியையும் சேர்த்து புலாவ் போலவே ஒரு உணவு சமைக்கப்பட்டதற்கான குறிப்புகள் இருக்கின்றன. இந்தியாவில் புலாவ் செய்வதற்கான பாஸ்மதி அரிசியைத் தண்ணீரில் வேக வைக்கிறோம். இதுவே அயல் நாட்டில் தண்ணீருக்குப் பதிலாக இறைச்சி சூப் பயன்படுத்தப்படுகிறது.

உதவியவை

- *100 years food History India : South India (Tamil Edition) - Author Raj,Obuli*
- *பிரியாணி தர்பார்: சாந்தி சிவகுமார்*
- *ஆந்திர வட்டார உணவுகளும் வரலாறும்!: ஆந்திர மாநிலத்தின் சுவைமிக்க வட்டார உணவுகள், வரலாறு, செய்முறையுடன்..! - வெ .நீலகண்டன்*
- *தமிழகத்தின் வட்டார உணவுகளும் வரலாறும்: எந்த ஊரில் என்ன ருசிக்கலாம்? - வெ. நீலகண்டன்*
- *நலம் வாழ எந்நாளும் அஞ்சறை பெட்டி - ஆசிரியர் - மருத்துவர் . வி . விக்ரம் குமார், MD (S)*
- *அறுசுவையும் அஞ்சறைப்பெட்டியும்-மருத்துவர். கு.சிவராமன்*
- *http://www.healerumar.net/search/label/உணவியல்*
- *https://www.arusuvai.com/tamil/node/29918*
- *http://www.tamilvu.org/courses/degree/d011/d0114/html/d0114630.htm*
- *https://thamizhppanimanram.blogspot.com/2021/02/blog-post.html*
- *http://sangacholai.in/Essays-1.7.html*

www.ingramcontent.com/pod-product-compliance
Lightning Source LLC
LaVergne TN
LVHW100313051026
849517LV00006B/2279